വിലങ്ങഴിഞ്ഞ കയ്യൊപ്പുകൾ

ബാലു

Made with ♥ on the Notion Press Platform
www.notionpress.com

ഉള്ളടക്കം

ഉള്ളടക്കം

ആമുഖം

വെറുതെ വീമ്പ് പറഞ്ഞും, തനിക്ക് ചുറ്റിലും നടക്കുന്ന കാര്യങ്ങൾ തന്റേതായ ചിന്തകളുടെ വരുതിയിൽ കൊണ്ട് വന്നും, അതെല്ലാം തന്നെക്കാൾ സാമർത്ഥ്യം കുറഞ്ഞവരെന്ന് തോന്നുന്നവരുടെ മുന്നിൽ വിളമ്പിയും, അല്പത്തരത്തിലെ ആർഭാടങ്ങളിൽ ജീവിക്കുന്ന സമയം... "പറയുന്നത് എന്താണെന്ന് ഓർത്തിരിക്കാനും, പറഞ്ഞവ മാറ്റി പറയാതിരിക്കാനും, പറഞ്ഞവ വീണ്ടും പറയാതിരിക്കാനും ഇതെല്ലാം എഴുതി വച്ചാൽ നന്ന്" എന്ന ഒരു സുഹൃത്തിന്റെ നിർദ്ദേശം മുഖവിലയ്ക്കെടുത്ത് വല്ലാത്ത ഗമയിൽ ഞാനെന്റെ കലാലയ ജീവിതം എഴുതി പ്രസിദ്ധീകരിച്ചു. സന്തോഷത്തോടെ അത് പലരോടും വിളിച്ചു പറഞ്ഞു. എല്ലാവരും അഭിനന്ദിച്ചു. പക്ഷേ ആരും വായിച്ചില്ല.

ആദ്യത്തെ കുറച്ചു താളുകൾ വായിച്ച ഒരു സുഹൃത്ത് ഇങ്ങനെ ഇടപെട്ടു; "എടൊ, എന്തൊരു ശോകമാടോ ഇത്; അതും ആംഗലേയ ഭാഷയിൽ, പെട്ടെന്ന് തന്നെ പിൻവലിയ്ക്ക്; നിന്റെ പരിമിതികൾ നീ മനസ്സിലാക്കൂ; കാര്യങ്ങൾ വിവരിച്ചു കൊടുത്തിട്ട് എഴുതാൻ അറിയുന്നവരെക്കൊണ്ട് ശ്രമിക്കൂ; എഴുത്ത് നിനക്ക് പറ്റിയ പണിയല്ല; അപരാധം... അല്ലാതെന്ത് പറയാൻ..."

വിട്ടു കൊടുക്കുന്നവരാണോ മലയാളികൾ!

പിന്നെ ശ്രമം മലയാളത്തിലായി... തുടർന്നും പലവിധ ഉപദേശങ്ങളും അഭിപ്രായങ്ങളും, "ഏച്ചു കെട്ടാതെ എഴുതാൻ ശ്രമിക്കൂ, നിന്റെ അഭിരുചി വേറെയാണ്, ഭയങ്കര കട്ടിയാണ്, നിന്നെ അറിയുന്നവർക്ക് മാത്രമേ വായിക്കാൻ ആകാംക്ഷ കാണുകയുള്ളൂ, വായനക്കാർ ക്ഷമയോടെ വായിക്കില്ല, കാലത്തിനനുസരിച്ച എഴുത്തല്ല ഇത്..."

വീണ്ടും പരാജയ ധ്വനി... എന്നാൽ ജ്യേഷ്ഠ സ്ഥാനത്തുള്ള ഒരാളുടെ വാക്ക്, ആ വാക്കിന്റെ ഒരേ ബലത്തിലാണ് ഇതിന്റെ പ്രസിദ്ധീകരണം... "ഓരോ പ്രാവശ്യം വായിക്കുമ്പോഴും ഓരോ മാനങ്ങൾ... ലൈക് കാർപെറ്റ് ബോംബിങ്..."

എന്താ... നോക്കാം അല്ലെ...

അവതാരിക

'ബാലു' എന്ന തൂലികാനാമത്തിൽ അറിയപ്പെടുന്ന സാഹിത്യകാരൻ എഴുതിയ 'വിലങ്ങഴിഞ്ഞ കയ്യൊപ്പുകൾ' എന്ന പുസ്തകം ഞാൻ വായിച്ചു. സ്ഥാലീപുരാകന്യായേന പരിശോധിച്ചു. നല്ലൊരു സാഹിത്യ സൃഷ്ടിയായി എനിക്ക് ആസ്വദിക്കാൻ സാധിച്ചു. കലാസാഹിത്യ സൃഷ്ടികളെല്ലാം ജീവിതത്തിന്റെ ചീന്തലുകളാണ്. ജീവിതത്തെ യഥാതഥമായി പ്രതിപാദിക്കാൻ പത്രപ്രവർത്തകരും ഫോട്ടോഗ്രാഫറുമാരും ഉണ്ട്. എന്നാൽ യാഥാർഥ്യം കണ്ടു മടുത്തിരിക്കുന്ന അനുവാചകരുടെ ഹൃദയങ്ങളിൽ ഉള്ളതിനെ മറ്റൊരു തരത്തിൽ അവതരിപ്പിക്കുന്നതാണ് ഉൽകൃഷ്ടകലാസൃഷ്ടി.

മനുഷ്യനെ മാനുഷികത്വത്തിന്റെ പരകോടിയിൽ കൊണ്ടെത്തിക്കാൻ സാഹിത്യാദി കലകൾക്ക് സാധിക്കും. ഈ പുസ്തകത്തിൽ ചില മഹത്തായ കാര്യങ്ങൾ പഞ്ചസാരയിൽ പൊതിഞ്ഞ സിങ്കോണ പോലെ എഴുത്തുകാരൻ അവതരിപ്പിച്ചിരിക്കുന്നു. 'ക്ഷൗരാധികാരികത'യിൽ വായിലെ മുൻനിരയുടെ നടുവിലായി ഒരു പല്ല് മാത്രമുണ്ടായിരുന്ന ആ വൃദ്ധന്റെ സോഡാക്കുപ്പിക്കണ്ണട എന്റെ കണ്ണുകളെ തുറപ്പിച്ചു. അമ്പട ഞാനേ എന്ന് നടക്കുന്നവനെ ക്ഷുരകനായ വൃദ്ധൻ മനുഷ്യനാക്കി മാറ്റുന്നു. പഠനത്തിൽ വളരെ പിന്നിൽ നിൽക്കുന്ന ജയൻ അതികഠിന അദ്ധ്വാനത്തിലൂടെ ഉന്നത ശ്രേണിയിൽ എത്തിയത് 'പ്രതിഷ്ഠാധിഷ്ഠിത നടനക്രിയ'യിൽ ഭംഗിയായി വർണിച്ചിരിക്കുന്നു. സുന്ദരമായ ഭാഷശൈലി... ഇതൊരു ചെറുകഥാസമാഹാരമാണോ എന്ന് ചോദിച്ചാൽ ജീവിത ചിന്തകളിൽ നിന്നുരുത്തിരിഞ്ഞു വന്ന സൃഷ്ടി സൗന്ദര്യങ്ങൾ എന്നേ പറയാനാകൂ. ബാലു എന്ന എഴുത്തുകാരൻ വളർന്ന് വലുതായി സാഹിത്യലോകത്തിൽ അറിയപ്പെടട്ടെ!

ബാക്കിയുള്ള അവതാരിക എഴുതേണ്ടുന്നത് നിങ്ങൾ വായനക്കാരാണ്...

വിദ്വാൻ എസ്സ്. ധർമ്മരാജ്

1

തൂലികാനാമം

'ബാലു' എന്ന തൂലികാ നാമത്തിൽ അറിയപ്പെടാൻ ആഗ്രഹിക്കുന്ന ഒരു കുറിപ്പെഴുത്തുകാരനാണ് ഞാൻ. ചിലതെല്ലാം എനിക്ക് നർമ്മ രസത്തോടെ കുത്തിക്കുറിക്കാൻ കഴിയുമെന്ന് എന്നെ ബോധ്യപ്പെടുത്തിയത് എന്റെ സുഹൃത്തായ ബോബിയാണ്. അയാളുമായി സംസാരിച്ചുകൊണ്ടിരുന്നപ്പോൾ ആ കണ്ണുകളിൽ മിന്നി മറഞ്ഞ ചില അർത്ഥവത്തായ ചലനങ്ങൾ, ചുണ്ടുകളുടെ കോണുകളിൽ തന്ത്രപൂർവ്വം ഒളിഞ്ഞു നിന്ന ചില നിലനിൽപ്പിന്റെ ശാസ്ത്രങ്ങൾ, ശ്വാസത്തിൽ ക്രമീകരിക്കപ്പെട്ട നിസ്സംഗത എന്നിവ എന്റെ കൈവിരലുകളിൽ വല്ലാത്തൊരു ഊർജ്ജമായി

മാറുകയായിരുന്നു. എഴുത്തെന്ന ലക്ഷ്യത്തോടെ അന്ന് ആദ്യമായി മലയാളത്തിൽ ഞാനൊരു വരി കോറിയിട്ടു. "എന്റെ സുഹൃത്ത് ബോബി". തുടക്കത്തിൽത്തന്നെ, പലതിന്റെയും അർത്ഥവ്യാപ്തി അറിഞ്ഞിട്ട് അത് എഴുതി ഫലിപ്പിക്കാനുള്ള ക്ഷമയില്ലാതെ വെപ്രാളപ്പെടുകയായിരുന്നു ഞാൻ. ക്ഷമയില്ലാത്തതിന്റെ പാകപ്പിഴ എഴുത്തുകളിൽ വളരെ വ്യക്തവുമാണ്. എന്നിരുന്നാലും ആ അപൂർണ്ണതയിലെ ഭംഗിയെ ഞാൻ അറിയാതെ ഇഷ്ടപ്പെടുന്നു... അപൂർണ്ണ ഭംഗികളിലൂടെ വിലങ്ങഴിഞ്ഞ എന്റെ കയ്യൊപ്പുകൾ...

ഇടപഴകുമ്പോൾ വളരെ നിഷ്കളങ്കനാണെന്ന് മറ്റുള്ളവർക്ക് തോന്നുമെങ്കിലും, എന്റെ കണ്ണുകൾ വളരെ സംശയത്തോടെ നോക്കിക്കാണുന്ന ഒരു വ്യക്തിയാണ് ബോബി. ജീവിതത്തിന്റെ ജനിതക വിതാനം മറയാക്കി, തന്റെ ജഢീയതയുടെ മാനദണ്ഡം ആ മറയിൽ ഉരച്ചു നോക്കി, അതിലൂടെ വരുന്ന രസം ഈമ്പിക്കുടിച്ചു സ്വയം സന്തോഷം കണ്ടെത്തുന്ന ജീവിത രീതിയ്ക്ക് ഉടമയായവൻ. മനസ്സിലായില്ല അല്ലെ! ചെറിയ ഉദാഹരണങ്ങളിലൂടെ അതിനെക്കുറിച്ചു പറയാൻ ശ്രമിക്കാം.

തന്റെ കൂടെയുള്ള മിടുക്കനായ സഹപ്രവർത്തകന്റെ ഇൻഷർട്ടിട്ട പാൻസിന്റെ പുറം പോക്കറ്റിൽ അവനറിയാതെ ഒരു ഗർഭ നിരോധന ഉറ തൂക്കിയിട്ടിട്ട് ബോബി ഒരിക്കൽ അവനെ മറ്റ് ഡിപ്പാർട്ടുമെന്റുകളിലെ സേവനങ്ങൾക്കായി പറഞ്ഞയച്ചു; തുടർന്നുള്ള അവന്റെ പ്രശസ്തി മറ്റുള്ളവരുടെ കണ്ണുകളിൽ മിന്നി മറഞ്ഞപ്പോൾ ആ സഹപ്രവർത്തകനിൽ ഉണ്ടായ മൃതതരം കണ്ണിമ ചിമ്മാതെ നിന്ന് ഒപ്പിയെടുക്കുകയായിരുന്നു ബോബി.

റ്റാലി ആകുന്ന അക്കൗണ്ടുകൾ ബോബിയ്ക്ക് ഇഷ്ടമേ അല്ലായിരുന്നു; റ്റാലി ആയ അക്കൗണ്ടിൽ ഓൺലൈനായി ഒരു കാര്യവുമില്ലാതെ പണം ഇട്ട് അവരുടെ കണക്ക് കൂട്ടലുകൾ തെറ്റിക്കാൻ അയാൾ പ്രത്യേകം ശ്രദ്ധിച്ചിരുന്നു.

ഡീസൽ അടിച്ചിട്ട് രണ്ട് രൂപ കൂടുതൽ അക്കൗണ്ടിൽ ഇട്ടിട്ട് രണ്ട് രൂപയുടെ ഡീസൽ വീണ്ടും അടിപ്പിക്കുക, ഡയബെറ്റിക്സ് ഉള്ള സുഹൃത്തുക്കളെ നിർബന്ധിച്ചോ അതല്ല അവരുടെ ശ്രദ്ധ തിരിച്ചോ മധുരം കഴിപ്പിക്കുക, എന്നിട്ട് ആ സുഹൃത്തുക്കളുടെ ലാബ് റിപ്പോർട്ടുകൾ ശേഖരിച്ചു പഠന വിധേയമാക്കുക ഇങ്ങനെ പോകുന്നു

അദ്ദേഹത്തിന്റെ നാമമാത്രമായ വിനോദങ്ങൾ.

ആരോഗ്യത്തിൽ വളരെ ശ്രദ്ധിക്കുന്ന ബോബിയ്ക്ക്, അയാൾ സ്വന്തമായി വാങ്ങിയ ഒരു പോർട്ടബിൾ ഇ.സി.ജി മെഷീനുണ്ട്. ഒരിക്കൽ അവൻ എന്നോട് പറഞ്ഞു;

"ടാ, ഞാൻ വാങ്ങിയ ഇ.സി.ജി മെഷീൻ വളരെ നല്ലതാ, നീയും ഒന്ന് വാങ്ങിക്കോ. എപ്പോഴൊക്കെ ക്ഷീണം തോന്നുന്നുവോ അപ്പോഴൊക്കെ ഞാനെന്റെ വിരൽ വച്ച് റീഡിങ് നോക്കാറുണ്ട്; എന്തേലും വ്യത്യാസങ്ങൾ ഇ.സി.ജി റീഡിങ്ങിലുണ്ടേൽ അപ്പോൾത്തന്നെ ഞാനതിന്റെ ബാറ്ററി മാറ്റി പുതിയത് ഇടും! ഇങ്ങനെയൊക്കെയല്ലേ ജീവിച്ചു മുന്നോട്ട് പോകാൻ പറ്റൂ!"

സ്വന്തം ശരീര താളത്തിലെ വ്യത്യാസത്തെപ്പോലും തന്റേതല്ലാതാക്കി മാറ്റുന്നവൻ!

ഇതൊക്കെ വിവരിക്കാനാണോ തൂലികാനാമം!

2

പ്രതിഷ്ഠാധിഷ്ഠിത നടനക്രിയ

നിരക്ഷരതയുടെ സാധ്യത ഒരു വ്യക്തിയിൽ എത്രത്തോളം അകന്നു നിൽക്കുന്നുവെന്ന് സമൂഹം അടയാളപ്പെടുത്തുന്ന വരമ്പാണല്ലോ പത്താംതര വിദ്യാഭ്യാസം! ആ വരമ്പിനുള്ളിൽ വീണ് പോയ പലരും പ്രായോഗിക വിദ്യാഭ്യാസത്തെ മുറുകെപ്പിടിച്ചു കാലത്തെ

സമർത്ഥമായി അതിജീവിച്ചിട്ടുണ്ട്, അതും ഇരു ചെവി അറിയാതെ. സംഘർഷഭരിതമായ ഇത്തരം മാറ്റങ്ങളിലൂടെ കടന്നു പോയ എന്റെ ഒരു കൂട്ടുകാരനെപ്പറ്റി...

ഒരു ആൺകുട്ടിയെ സംബന്ധിച്ചിടത്തോളം അവന്റെ പത്താംതര വിദ്യാഭ്യാസം ആന്തരികബാഹ്യ ചുറ്റുപാടുകളിൽ കലുഷിതമായി സംഭവിക്കുന്ന ഒന്നാണ്. പൊടിമീശ വിരിയുന്നു, വിയർപ്പിന് പ്രത്യേക വാസന വരുന്നു, പൊക്കിളിൽ നിന്നും നെഞ്ചിലേക്ക് രോമച്ചെടി തളിർക്കുന്നു, കണ്ണുകൾ അസ്ഥാനങ്ങളിൽ മാത്രം വീഴുന്നു, നിക്കറിനുള്ളിലെ കുട്ടിത്തം തെറുത്തുടുത്ത മുണ്ടിനുള്ളിലെ ആണത്തമാകാൻ വിങ്ങലായി വലയുന്നു, അങ്ങനെ പലതും. അതിന്റെ കൂടെ ശ്രമപ്പെട്ട് പരിഗണിക്കേണ്ട പഠിത്തവും, കൂടാതെ മറ്റുള്ളവരെ നോക്കി സ്വയം ചെയ്യുന്ന വിലയിരുത്തലുകളും.

ഇതെല്ലം ഒന്നിച്ചു ചേരുമ്പോൾ അവൻ ചുറ്റുപാടുകളെ നോക്കി തന്നെത്തന്നെ പതം വരുത്താൻ ശ്രമിക്കുകയും ചില ചിന്തകളെ അന്യം നിറുത്തി, തുടർന്ന്, കുറ്റബോധത്തിലൂടെ സ്വയം സഞ്ചരിച്ചു സാമൂഹ്യ രീതികളുമായി പൊരുത്തപ്പെടാൻ പോരാടുകയും ചെയ്യുന്നു. വല്ലാത്ത വീർപ്പുമുട്ടലുകൾ ഉണ്ടാകുന്ന കാലം തന്നെയാണത്.

ഓരോരോ ക്ലാസ്സും മൂന്നുംനാലും തവണ തറവായി പഠിച്ച് ഒത്ത തടിയും തണ്ടെല്ലും ആണത്തവും ആയി ഉപജീവന മാർഗ്ഗങ്ങൾക്ക് ശേഷം വിശ്രമിക്കാൻ വേണ്ടി മാത്രം മുണ്ടുടുത്ത് സർക്കാർ പള്ളിക്കൂടത്തിൽ വരുന്ന ഒരു കൂട്ടം വിദ്യാർഥികളുടെ കൂടെയായിരുന്നു എന്റെ പഠനം. ശാരീരികമായി ശോഷിച്ചുണങ്ങി ആണത്തത്തിന്റെ അംഗീകരിക്കപ്പെട്ടിട്ടുള്ള ചിഹ്നങ്ങളെല്ലാം മങ്ങി നിന്ന എനിക്ക് കൂട്ടുകാരായ അവരോട് അടങ്ങാത്ത അസൂയയും ആദരവുമായിരുന്നു. പള്ളിക്കൂട രാഷ്ട്രീയം അങ്ങേയറ്റം കൊടികുത്തി വാണിരുന്ന കാലമായിരുന്നു അത്. ഈ കൂട്ടുകാരായിരുന്നു പഠിപ്പ് മുടക്കി സമരം വേണമോ വേണ്ടയോ എന്ന് തീരുമാനിച്ചിരുന്നത്. വിശ്രമത്തിന് വേണ്ടിയുള്ള പഠനം എന്നതിനാൽ പഠിപ്പ് മുടക്കി സമരത്തിന് അവർക്കു തീരെ താല്പര്യമില്ലായിരുന്നു! പഠിത്തത്തിന് മുൻഗണന നൽകിയിരുന്ന ഞങ്ങൾക്ക് പഠനത്തിന് വേണ്ടി വിശ്രമം ആവശ്യവും ആയിരുന്നു! പഠിപ്പ് മുടക്കി സമരം വേണമെന്ന ഞങ്ങളുടെ അഭ്യർഥന ചിലപ്പോഴൊക്കെ അവർ മാനിച്ചിരുന്നു. അങ്ങനെയാണ്

തീരുമാനമെങ്കിൽ അവർ നേരെ പള്ളിക്കൂടത്തിന്റെ കാര്യാലയം അതിക്രമിച്ചു കയറുകയും കൂട്ടമണിയടിച്ചു വിദ്യാർഥികളെ ചിതറിക്കുകയും, ശേഷം ആ മണി കിണറിലോട്ട് എറിയുകയും ചെയ്യും. മണി കിണറ്റിൽ വീണാൽ അന്ന് പള്ളിക്കൂടത്തിന് അവധി ആയിരിക്കും. മണികളുടെ എണ്ണം ഏഴ് ആകുമ്പോൾ അവർ തന്നെ കിണറിൽ ഇറങ്ങി അതെടുത്ത് കാര്യാലയത്തിൽ സമർപ്പിക്കുകയും ചെയ്യും.

പള്ളിക്കൂടത്തിന് അടുത്തായി സാമാന്യം നല്ല വലുപ്പത്തിലുള്ള ഒരു കുളം ഉണ്ട്, ഏകദേശം നാലാൾ താഴ്ചയുള്ള കുളം. കൂട്ടമണിയടിച്ചു പിള്ളേരെ ചിതറിച്ച് മണി കിണറ്റിൽ എറിഞ്ഞ ശേഷം ആ കൂട്ടുകാർ കുളത്തിനടുത്തേയ്ക്ക് ഒരോട്ടമാണ്, കൈകളിൽ പാർട്ടി കൊടികളുമായി. കുളത്തിലേയ്ക്ക് ചാടി ആദ്യം കുളത്തിന്റെ നടുഭാഗത്ത് കൊടി നാട്ടുന്നവൻ ആയിരിക്കും അന്നത്തെ വീരപുരുഷൻ. സ്ഥിരമായി ഇത്തരം സാഹസ വിനോദങ്ങളിൽ ജയിച്ചിരുന്നത് പേര് കൊണ്ടുപോലും അജയ്യനായ ജയൻ ആയിരുന്നു.

നാട്ടുകാരും, അദ്ധ്യാപകരും കൂട്ടുകാരും എന്തൊക്കെ പറഞ്ഞാലും ജയന് എന്നോട് ഒരു പ്രത്യേക വാത്സല്യം ഉണ്ടായിരുന്നു. ഒരു കുഞ്ഞനുജനെപ്പോലെ എന്നെ കൂടെ കൂട്ടുകയും കരുതുകയും അദ്ധ്വാനിക്കുന്ന കാശുകൊണ്ട് അവൻ തൊട്ടടുത്ത പെട്ടിക്കടയിൽ നിന്നും മിഠായിയും സേമിയപായസവും വാങ്ങിത്തരികയും ചെയ്യുമായിരുന്നു. ക്ലാസ്സിൽ ബഹളം വച്ചതിന് ഞാനവനെ എത്രയോ തവണ ഒറ്റിക്കൊടുത്തിരിക്കുന്നു. എന്നിട്ടും, നല്ലതൊന്നും പ്രതീക്ഷിക്കാതെയുള്ള സ്നേഹവും കരുതലും. അവൻ എന്റെ കൈകളിൽ പിടിക്കുമ്പോൾ വേദനയായിരുന്നു അനുഭവപ്പെടുക; അവന്റെ ഉള്ളംകൈ പാറപോലെ പരുപരുത്തതായിരുന്നു.

ഉച്ചയ്ക്ക് ശേഷമുള്ള ഒരു ദിവസം, അവന്റെ കൂർക്കംവലി കുറച്ച് ഉച്ചത്തിലായിപ്പോയി. സഹികെട്ട അദ്ധ്യാപിക അവന്റെ കൈത്തടങ്ങളിൽ ചൂരൽ കൊണ്ട് ആഞ്ഞടിച്ചു. ഉറക്കത്തിൽ നിന്നും ഞെട്ടിയുണർന്ന് അദ്ധ്യാപികയ്ക്ക് അനിഷ്ടം തീരുന്നതു വരെ അടിക്കാൻ തന്റെ കൈകൾ നീട്ടിത്തന്നെ പിടിച്ചു. വിയർത്തു വലഞ്ഞ അദ്ധ്യാപിക ക്ഷീണിതയായി തന്റെ മുന്നിൽ ഇട്ടിരുന്ന മേശയിലേയ്ക്ക് ചാഞ്ഞു.

"എന്റെ ടീച്ചറെ, അതിരാവിലെ ഒരു മണിയ്ക്ക് ഉറക്കം എഴുന്നേറ്റ് പുഴയിലെ കൊടും തണുത്ത വെള്ളത്തിൽ ഇരുമ്പ് ബക്കറ്റുമായി ചാടി പുഴയുടെ അടിത്തട്ടിലൂടെ ശ്വാസം പിടിച്ചു നടന്ന് പുഴമണൽ വാരി രണ്ടു ചെറിയ ലോറികളിലായി നിറച്ചതിനു ശേഷം കിട്ടുന്ന കാശുകൊണ്ട് അരിയാഹാരങ്ങൾ വാങ്ങി വീട്ടിൽ നല്കിയിട്ടാട്ടോ ഞാനിവിടെ വരുന്നത്. വെള്ളത്തിനടിയിൽ ഉണരാനായി വിടുന്ന ശ്വാസത്തിന് ഉറങ്ങുന്ന ശ്വാസത്തിന്റെ ഇരട്ടിയാണ് ഘനം. പാർട്ടി പറയുന്നത് കൊണ്ട് ഞാൻ പള്ളിക്കൂടത്തിൽ വരുന്നൂ. ഞങ്ങളുടെ തലയുടെ എണ്ണം കുറഞ്ഞാൽ സർക്കാർ അദ്ധ്യാപകരുടെ കാര്യം പരുങ്ങലിൽ ആകുമെന്നാ പാർട്ടി പറയുന്നേ."

അവന്റെ പ്രതിബദ്ധത മനസിലാക്കിയ അദ്ധ്യാപിക പിന്നെയൊരിക്കലും അവനെ ശാസിച്ചിട്ടില്ല!

നീന്താൻ അറിയുന്നവൻ, ലോറി ഓടിക്കുന്നവൻ, മറ്റാരെയും പേടിയില്ലാത്തവൻ, സ്വന്തമായി പണം സമ്പാദിക്കുന്നവൻ, സ്ത്രീകൾ ഒളികണ്ണിട്ട് നോക്കുന്നവൻ, രണ്ടു കൈയും കുത്തി തല കീഴായി നടക്കുന്നവൻ, സമരം നയിക്കുന്നവൻ ഇങ്ങനെ പോകുന്നു അവന്റെ വിശേഷണങ്ങൾ. പഠിക്കാൻ വേണ്ടി ജനിച്ച ഞങ്ങളുടെ ചിന്തകളെക്കാൾ ഒരുപാട് മുകളിൽ ആയിരുന്നു അവൻ. ജയന്റെ ജീവിതം ഞങ്ങൾ സ്വപ്നം കണ്ടിരുന്നു എന്ന് പറയുന്നതിൽ യാതൊരു അതിശയോക്തിയുമില്ല.

പത്താംതരത്തിലെ ആ കടമ്പ വന്നെത്തി, പരീക്ഷ ദിവസം.

ആംഗലേയ അക്ഷരമാല ക്രമത്തിൽ ഞങ്ങൾക്കായുള്ള ഇരിപ്പിടങ്ങൾ ഒരുങ്ങി. എന്റെ ഇരിപ്പിടത്തിന് നേരെ എതിർ ദിശയിലായിരുന്നു ജയന്റെ ഇരിപ്പിടം. മറ്റു വിദ്യാലയങ്ങളിലെ അദ്ധ്യാപകരായിരുന്നു പരീക്ഷാ മേൽനോട്ടത്തിന്റെ അധികാരികൾ. അതിലൊരു ദിവസം, നന്നേ ചെറുപ്പക്കാരിയായ ഒരു അദ്ധ്യാപിക ഞങ്ങളുടെ പരീക്ഷാ മേൽനോട്ടത്തിനായി എത്തി. റോന്ത് ചുറ്റുന്നതിന്റെ ഭാഗമായി അവർ ജയന്റെ അടുത്ത് ചെല്ലുകയും കുറച്ചു കഴിഞ്ഞു നന്നേ പരവശയായി വിയർത്തുകുളിച്ച് തന്റെ ഇരിപ്പിടത്തിൽ പോയി ഇരിക്കുകയും ചെയ്തു. എന്തോ പന്തികേട് തോന്നിയ ഞാൻ ജയന്റെ നേരെ തിരിഞ്ഞു നോക്കി. അവൻ മറ്റൊന്നും ശ്രദ്ധിക്കാതെ വളരെ കാര്യമായി പരീക്ഷ എഴുതുന്നു; തികച്ചും അസ്വാഭാവികത

തോന്നിയ ഞാൻ സൂക്ഷിച്ചു നോക്കിയപ്പോൾ എന്തിൽ നിന്നോ നോക്കിയാണ് ഉത്തരങ്ങൾ എഴുതുന്നതെന്ന് മനസിലായി. അവന്റെ മുണ്ടിന്റെ മടക്കുകൾ മാറിക്കിടക്കുകയായിരുന്നു; തുടയിൽ നീളത്തിലെഴുതിയ ഒരു കടലാസ് കഷ്ണം വച്ചിരിക്കുന്നു; കാറ്റടിച്ചു പറന്നു പോകാതിരിക്കാൻ തന്റെ ലിംഗത്തെ അധികാരപ്പെടുത്തി ആ എഴുത്തുകളുടെ മുകളിൽ പ്രതിഷ്ഠിച്ചിരിക്കുകയായിരുന്നു. ഒരു ലിംഗാധിഷ്ഠിത തുണ്ടെഴുത്ത്. ആ പ്രതിഷ്ഠയിലെ അപാകതയാണ് അദ്ധ്യാപികയെ അസ്വസ്ഥയാക്കിയത്. ഭയപ്പെടുത്തിയത്.

പ്രതിഷ്ഠയുടെ വലുപ്പത്തിന്റെ അന്ധാളിപ്പ് എന്നേയും പിടികൂടി; ഒരു വിറയൽ, എഴുതാനുള്ള എന്നിലെ കഴിവ് പ്രതിഷ്ഠയുടെ വലിപ്പം അപഹരിച്ചെടുത്തു!

അൽപ്പനേരത്തെ ഭയാസക്ത്തിയിൽ നിന്നും ധ്യാനത്തിലൂടെ മോചിതയായ അദ്ധ്യാപിക പ്രധാന അദ്ധ്യാപകനോട് പ്രതിഷ്ഠാധിഷ്ഠിത വിദ്യാഭ്യാസ ത്വരയെപ്പറ്റി സങ്കടം ബോധിപ്പിച്ചു. ഒരു കൂസലുമില്ലാതെ തന്റെ സൃഷ്ടിയിൽ വ്യാപൃതനായിരുന്ന അവന്റെ അടുത്തേയ്ക്ക് പ്രധാന അദ്ധ്യാപകൻ ചൂരലുമായി കൊടുംകാറ്റ് കണക്കെ എത്തി.

"ജയാ ആ തുണ്ടു കടലാസ് ഇങ്ങട് എടുത്തേ!"

"എനിക്ക് വേണ്ടാട്ടോ, സാറിനു വേണമെങ്കിൽ എടുത്തോ"

"എന്നെ ദേഷ്യം പിടിപ്പിക്കരുത്, ഇങ്ങട് എടുക്കെടാ ജയാ"

"അതിനെ തൊട്ട് അശുദ്ധമാക്കരുത് സാറേ, സ്വയം തൊട്ടാൽ നാണക്കേടാകും, എന്താ ചെയ്ക?"

ദേഷ്യം കൊണ്ട് കണ്ണുകൾ ചുവന്ന പ്രധാന അദ്ധ്യാപകൻ അവനെ പുറകിൽ വന്ന് ഇക്കിളി കൂട്ടാൻ തുടങ്ങി; തുടർന്ന് പ്രതിഷ്ഠയ്ക്ക് ഭംഗം സംഭവിക്കയും പ്രതിഷ്ഠയ്ക്ക് കാരണമായ ആ തിരുവെഴുത്തുകൾ താഴെ വീഴുകയും ചെയ്തു. പ്രധാന അദ്ധ്യാപകൻ തന്റെ ചൂരൽ കൊണ്ട് അതിനെ തട്ടിമാറ്റി വിശുദ്ധമായ പരീക്ഷാ മുറിയ്ക്ക് പുറത്തേയ്ക്ക് വളരെ പ്രയാസപ്പെട്ട് എത്തിച്ചു. തീണ്ടൽ പറ്റിയ തന്റെ ആയുധമായ ചൂരൽ അദ്ദേഹം എല്ലാവിധ ഭവ്യതയോടും കൂടെ തെക്കോട്ടു വലിച്ചെറിയുകയും ആ വടി വീണ സ്ഥലത്തിന് കുട്ടികൾ 'ജയപരശു തുണ്ട് മുക്ക് 'എന്ന് നാമകരണം ചെയ്യുകയും ചെയ്തു!

തന്റെ ചുറ്റുപാടുകളിൽ സംഭവിച്ച വിഘ്നങ്ങളിൽ അവന് യാതൊരു കൂസലും നാണക്കേടും ഇല്ലായിരുന്നു. പരീക്ഷകളുടെയും പരീക്ഷണങ്ങളുടെയും അവസാന ദിവസം വന്നെത്തി.

എല്ലാ പരീക്ഷകളും പൂർത്തിയാക്കിയ ജയൻ, തന്റെ കൂട്ടുകാരിൽ നിന്നും ആശംസാവാചകങ്ങൾ എഴുതി വാങ്ങുന്നതിന് ഉപരിയായി, അദ്ധ്യാപകരെ സമീപിച്ച് എല്ലാം ഏറ്റു പറഞ്ഞു നിരന്ന്, അവരുടെ കയ്യിൽ നിന്നും അനുഗ്രഹം ചോദിച്ച് വാങ്ങുകയായിരുന്നു. ആശീർവദിക്കുമ്പോൾ പ്രധാന അദ്ധ്യാപകന്റെ കണ്ണുകൾ നിറഞ്ഞിരുന്നത് ഞാൻ ഇപ്പോഴും ഓർക്കുന്നു. അസഹിഷ്ണുതകൾക്കിടയിലും പിടയുന്ന ഒരുതരം സ്നേഹം.

മറ്റു കുട്ടികൾ കൂട്ടുകാരുടെ സ്നേഹവചനങ്ങൾക്കു പിന്നാലെയും പരസ്പരം പേനയിൽ നിന്നും മഷി ചീറ്റിച്ചു കളിക്കുന്ന തിരക്കിലും ഏർപ്പെട്ടു. പോകാൻ നേരത്ത് മഷിയിൽ കുളിച്ചു നിൽക്കുന്ന എന്നെ ചേർത്ത് പിടിച്ച് അവൻ ഇപ്രകാരം പറഞ്ഞു, "ടാ, ഇനി നമ്മൾ എപ്പോൾ കാണും എന്നൊന്നും അറിയില്ല. എന്റെ പഠിപ്പ് ഇതോടെ തീർന്നു, നിന്റെ പഠിപ്പ് ഇനി തുടങ്ങുന്നതേ ഉള്ളൂ; പണി തരുന്ന പഠിപ്പ് ദാരിദ്ര്യത്തിന്റെ സമയവും, പഠിപ്പ് തരുന്ന പണി സമയത്തിന്റെ ദാരിദ്ര്യവും ആണ്. ഇതിൽ ഏതിന്റെ കൂടെ ആയാലും ലാഭകരമാകണം ആ യാത്ര."

വർഷങ്ങൾ ഒരുപാട് കടന്നു പോയി; ഇതിനിടയ്ക്ക് ബിരുദങ്ങളും ബിരുദാനന്തര ബിരുദങ്ങളും നേടിയ ഞാൻ ഉപജീവനുമായി ബന്ധപ്പെട്ട് കോഴിക്കോട് എത്തി. എന്റെ വീട്ടിൽ നിന്നും നാന്നൂറ്റി അൻപത് കിലോമീറ്റർ അകലെ. നാട്ടിൽ വന്നിട്ട് ഒരിക്കൽ തിരിച്ചു പോകാനായി വണ്ടി കാത്ത് നിന്ന സമയത്ത് ഒരു മുന്തിയ ഇനം കാർ എന്റെയടുത്തേയ്ക്ക് പാഞ്ഞു വരികയും ഇടിച്ചു ഇടിച്ചില്ല എന്ന രീതിയിൽ മുന്നിൽ നിൽക്കുകയും ചെയ്തു. ഭയന്ന് പോയ ഞാൻ സമനില വീണ്ടെടുക്കുമ്പോഴേക്കും ആ വാഹനത്തിൽ നിന്നും സാമാന്യം തടിച്ച ഒത്ത വണ്ണമുള്ള ഒരാൾ പുറത്തേയ്ക്കിറങ്ങി. ലുങ്കിയും വെള്ള ഷർട്ടും ധരിച്ചിരുന്ന അയാൾ ഓടി വന്നു എന്നെ കെട്ടിപ്പിടിച്ച ശേഷം "മനസിലായോടാ" എന്ന് ചോദിച്ചു. ആദ്യം പരിഭ്രാന്തനായെങ്കിലും, കഷണ്ടി കേറിത്തുടങ്ങിയ അയാൾ ജയനാണെന്നു കുറെ നേരം ആലോചിച്ചപ്പോൾ ഞാൻ മനസിലാക്കി.

എന്നെ വണ്ടിയിൽ കയറ്റി; ലക്ഷങ്ങൾ വിലയുള്ള ആഡംബര വാഹനം, "വണ്ടി കമ്പനിയിൽ നിന്നും എടുത്തതാടാ, സർവീസ് ചെയ്യാനാ" അവൻ പറഞ്ഞു. ജയൻ നല്ലൊരു ഡ്രൈവർ ആയി മാറിയതിൽ എനിക്ക് സന്തോഷവും അഭിമാനവും തോന്നി. അവന്റെ സന്തോഷ പ്രകടനം വീർപ്പു മുട്ടിക്കുന്ന തരത്തിലുള്ളതായിരുന്നു. വിവാഹം കഴിഞ്ഞെന്നും കുട്ടികൾ പഠിക്കുകയാണെന്നും ഇടയ്ക്ക് സംസാരത്തിലൂടെ ഞാൻ അറിഞ്ഞു. എന്റെ വിവാഹം കഴിഞ്ഞിട്ടില്ലാത്തതിനാൽ ഞാൻ മനഃപൂർവ്വം ദാമ്പത്യ ജീവിതത്തെപ്പറ്റിയുള്ള സംസാരങ്ങളിൽ നിന്നും ഒഴിവായി. ആരോഗ്യശുശ്രൂഷ രംഗത്തെ കാര്യനിർവ്വഹണവുമായി ബന്ധപ്പെട്ട എന്റെ ജോലിയെപ്പറ്റിയും പഠിച്ച മേഖലകളെപ്പറ്റിയും ഞാൻ വാതോരാതെ സംസാരിക്കുകയായിരുന്നു. "സർവീസ് പിന്നെ ചെയ്യാം, ഞാൻ നിന്നെ കോഴിക്കോട് വിടാം" എന്ന് പറഞ്ഞു മറ്റൊന്നും കൂട്ടാക്കാതെ അവൻ വണ്ടി കോഴിക്കോടേയ്ക്ക് തിരിച്ചു.

പോകുന്ന വഴിയിൽ ചായ കുടിക്കാനായി വണ്ടി ഒരു തട്ട് കടയിൽ നിറുത്തി. ആ കടയുടെ തൊട്ടടുത്ത് പഴയ ടയറുകൾ വിൽക്കുന്ന ഒരു കട. ചായ കുടിക്കുന്നതിനോടൊപ്പവും എന്നോട് സംസാരിക്കുന്നതിനോടൊപ്പവും അവൻ മുപ്പത് ടയറുകൾ വില പേശി വാങ്ങുകയും അത് ആ കടക്കാരന്റെ ചെലവിൽത്തന്നെ താൻ കൊടുത്ത വിലാസത്തിൽ എത്തിക്കാൻ ഏർപ്പെടുത്തുകയും ചെയ്തു.

ഞാൻ ഒരു കാര്യം ഓർത്തു, "സൗഹൃദത്തിന്റെ അലകൾ ഞങ്ങളുടെ ഇടയിൽ പാറിപ്പറക്കുമ്പോഴും, അവന്റെ കണ്ണുകളും കാതുകളും പ്രയോഗികതയിലെ ലാഭങ്ങളെ മുറുകെപ്പിടിക്കുകയായിരുന്നു, പുസ്തകത്താളുകൾക്കും അപ്പുറമായ വില പേശലുകൾ. ജീവിതത്തിനായുള്ള പേശലുകൾ."

"ടാ, നീ ടയർ കടയും നടത്തുന്നോ?", ചിന്തകൾ മുഴുവിപ്പിക്കുന്നതിന് മുൻപേ ഞാൻ അത്ഭുതത്തോടെ ചോദിച്ചു.

"ഇല്ലെടാ, ഇരുപത്തേഴ് ലോറി, പത്തു നാൽപ്പത് ഇടത്തരം വണ്ടികൾ ഇവയൊക്കെ എന്റെ നാല് കരിങ്കൽ ക്വാറികളിലും, ടൈൽ കമ്പനിയിലും കിടന്ന് ഓടയല്ലേ; എന്റെ പിള്ളേര് പഠിക്കുന്ന പള്ളിക്കൂടവും കമ്പനിയുടേതാ, അവിടുത്തെ വണ്ടികൾക്കും വേണം ടയർ, അതിനുള്ള പുതിയത് ഇവൻ വഴി തന്നെ വാങ്ങാൻ കരാർ

എടുത്തു, അതാ പഴയ ടയർ എന്റെ സ്ഥലത്ത് അവന്റെ ചെലവിൽ ഇറക്കാമെന്ന് സമ്മതിച്ചേ. എനിക്കെന്തായാലും നിന്നോടുള്ള യാത്രയിൽ ലാഭം മാത്രം."

എന്നിലെ ചിന്തകളുടെ ധാർഷ്ട്യം ഉടഞ്ഞു; ഒരു ഇടിമിന്നൽ എന്റെ നെഞ്ചിനകത്തുകൂടെ പാഞ്ഞു...

"നീ പറഞ്ഞത് നിന്റെ കമ്പനി സ്കൂൾ നടത്തുന്നു എന്നാണോ?"

"അതേടാ, നിങ്ങളെല്ലാം ജയിച്ചു പോയില്ലേ, ഞാൻ അപ്പോൾ തോറ്റായിരുന്നു. പിന്നെ ജീവിക്കാൻ വേണ്ടി നെട്ടോട്ടമായിരുന്നു. കൂടെ ഒരു പ്രണയവും. അവളുടെ വീട്ടുകാർക്ക് ഒരു കാര്യത്തിൽ മാത്രമേ നിർബന്ധം ഉണ്ടായിരുന്നുള്ളൂ. പത്താംതരം ജയിക്കണം. വീണ്ടും പരീക്ഷ എഴുതി, വീണ്ടും തോറ്റു. എന്റെ അപ്പനമ്മമാർ എന്റെ ജന്മം തന്നെ പലരുടെയും ശാപമെന്നാ പറഞ്ഞത്. പിന്നെ ഒന്നും നോക്കിയില്ല, എന്റെ ആ കമ്പനിയുടെ കീഴിൽ ഒരു സ്കൂൾ അങ്ങ് തുടങ്ങി. പ്രണയിച്ചു കെട്ടിയ പെണ്ണിനെ നീ ഓർക്കുന്നുണ്ടാകും, അന്ന് എന്റെ തുണ്ട് പിടിച്ച ടീച്ചറാ, അവളാ ഇന്ന് ആ സ്കൂളിലെ പ്രധാന അദ്ധ്യാപിക. അന്ന് നിങ്ങൾ കളിയാക്കിയ പ്രതിഷ്ഠയുടെ അപാകതയുണ്ടല്ലോ ഇന്നെനിക്കത് പ്രതിഷ്ഠയുടെ ഐശ്വര്യമാടാ. ഒരു കാര്യം കൂടെചോദിച്ചോട്ടെ, നീ എന്റെ കൂടെ കൂടാമോ? വാ എന്റെ കമ്പനിയിൽ വന്നിരിക്ക്, എല്ലാം ഒന്ന് നോക്കി നടത്ത്, ഇപ്പൊ കിട്ടുന്ന ശമ്പളത്തിന്റെ നാലിരട്ടി കമ്പനി തരും."

ദൈവമേയെന്നു വിളിക്കാൻ ശ്വാസംപോലും കിട്ടാതെ സ്തബ്ധനായി ഇരുന്ന എനിക്ക് അന്ന് അവൻ പള്ളിക്കൂടത്തിൽ നിന്നും പിരിയാൻ നേരം പറഞ്ഞ വാക്കിലെ പൊരുളുകൾ തിരിഞ്ഞു കിട്ടി.

"തൊഴിൽ തരുന്ന പഠിപ്പ് ദാരിദ്ര്യത്തിന്റെ സമയവും, പഠിപ്പ് തരുന്ന തൊഴിൽ സമയത്തിന്റെ ദാരിദ്ര്യവും ആണ്. ഇതിൽ ഏതിന്റെ കൂടെ ആയാലും ലാഭകരമാകണം ആ യാത്ര..."

3

മരണ സൗന്ദര്യം

സൗന്ദര്യം വെളിവാകുന്ന നിമിഷങ്ങളുടെ അന്ത്യത്തിൽ തന്നെയായിരിക്കും സ്വതന്ത്ര ചിന്തകളുടെ ഉറവിടവും. സൗന്ദര്യവുമായി ബന്ധപ്പെട്ട് സ്വതന്ത്ര ചിന്താഗതികൾ ഉണ്ടായില്ലായെങ്കിൽ അതിനർത്ഥം ഉപയോഗശൂന്യമായ ശേഷിപ്പ് അതിൽ എവിടെയോ സ്വതന്ത്രമാകാതെ നിലനിൽക്കുന്നു എന്നതാണ്.

നാം ദിവസേന ഉപയോഗിക്കുന്ന ടൂത്പേസ്റ്റ്. അത് ഉൾക്കൊള്ളുന്ന ട്യൂബിനെ ഞെക്കി ഞെരുക്കി അവസാന പേസ്റ്റും കയ്യിലേയ്ക്ക് എടുത്തുകഴിയുമ്പോൾ, ആ ട്യൂബ് അവസാനമായി ഒരു ശ്വാസം അകത്തേയ്ക്ക് വലിക്കും; സൗന്ദര്യം വെളിവാകുന്ന നിമിഷങ്ങളുടെ അന്ത്യം അവിടെയാണ്. കുറച്ചെങ്കിലും പേസ്റ്റ് ആ ട്യൂബിൽ ഉപയോഗിക്കാതെ ബാക്കി ഉണ്ട് എങ്കിൽ അത്തരത്തിലുള്ള അന്ത്യം

സ്വതന്ത്രമാകാതെ അതിൽത്തന്നെ നിലകൊള്ളും. എന്റെ അപ്പാപ്പന്റെ മരണം ഞാൻ നേരിട്ട് കണ്ടിട്ടുണ്ട്. തന്റെ ശരീരവും വിയർപ്പും മനസ്സും സ്വന്തം മക്കൾക്കായി മാറ്റി വച്ച, മണ്ണിനെ ജയിച്ച പോരാളി. മരണ സമയത്ത് എല്ലാ മക്കളും, മരുമക്കളും പേരക്കുട്ടികളും കട്ടിലിന് ചുറ്റും ഉണ്ടായിരുന്നു; എല്ലാവരെയും കണ്ടപ്പോൾ അപ്പാപ്പന്റെ ദേഹത്തിലേയ്ക്ക് ഒരു കുളിര് കോരുന്നത് ഞങ്ങൾ കണ്ടു, അതിന് ശേഷം ഒരു ദീർഘ ശ്വാസം, അവസാനമായി..., അപ്പോൾ മുഖത്ത് വിരിഞ്ഞ ശാന്തതയും പ്രസന്നതയും, പ്രത്യാശയും, അഭിമാനവും സ്വതന്ത്രമായ സ്നേഹത്തിന്റെ പൂർണ്ണ ഉറവിടമായി മാറുകയായിരുന്നു.

ഒരു വസ്തു എന്തിനു വേണ്ടിയാണോ നിർമ്മിക്കപ്പെട്ടിരിക്കുന്നത് അത് സഫലമാകാൻ അനുവദിക്കാതെ മറ്റൊരു കാരണത്തിന് വേണ്ടി ഉപയോഗിച്ചു അതിന്റെ സൗന്ദര്യം അന്യം നിറുത്തുന്നതിൽ നാം ചിലപ്പോഴെങ്കിലും പെട്ടുപോകാറുണ്ട്.സ്വരവിസ്മയങ്ങൾ തീർക്കേണ്ട ഒരു വയലിൻ അതിനായി ഉപയോഗിക്കാതെ ഒരു അലങ്കാര വസ്തുവായി ചുവരിന്മേലുള്ള നാല് ആണികളിന്മേൽ തൂക്കിയാൽ, അതിന്റെ ക്രൂശീകരണം നിറവാർന്ന അന്ത്യത്തോളം എത്താനുള്ള സാധ്യത നന്നെ കുറവായിരിക്കും.

ചില്ലയിൽ നിന്നും മൂപ്പെത്തി അടർന്നു വീഴുന്ന പൂവിനും, ചില്ലയിൽ നിന്നും പറിച്ചെടുക്കപ്പെട്ട ശേഷം വീഴുന്ന പൂവിനും സൗന്ദര്യം വ്യത്യാസമായിരിക്കും. ഭയം, ഉത്കണ്ഠ, അപകർഷത, പുച്ഛം, അവിചാരിത നടുക്കം തുടങ്ങിയ ചേഷ്ടകളാൽ അന്ത്യം സംഭവിക്കുമ്പോൾ അവിടെ ഉരുവാകുന്ന സ്വാതന്ത്ര്യത്തിന്റെ സ്പന്ദനങ്ങളും അതെ തരത്തിലുള്ളവ ആയിരിക്കും. ഭയത്താൽ മരിച്ചവർ, ഉത്കണ്ഠയാൽ മരിച്ചവർ, അപകർഷതയാൽ മരിച്ചവർ അങ്ങനെ പോകുന്നു ആ മുഖങ്ങൾ....

ഇത്തരത്തിൽ ജീവിതത്തിൽ ഇപ്പോഴും ഓർക്കുന്ന രണ്ടു മുഖങ്ങൾ ഉണ്ട്.

ബിരുദത്തിന് പഠിക്കുന്ന സമയം. എല്ലാ ആൺകുട്ടികളും കടന്നു പോകുന്ന അറിവില്ലായ്മയുടെയും പാര്യേതര ആനന്ദങ്ങളുടെയും വഴികൾ തന്നെയായിരുന്നു എന്റെ മുന്നിലും ഉണ്ടായിരുന്നത്. സ്വയം മറന്ന് ആടിപ്പാടി നടക്കുന്ന സമയം. പെട്ടെന്നൊരു ദിവസം

കൂട്ടുകാരന്റെ അച്ഛൻ കുഴഞ്ഞു വീണു. അരോഗദൃഢഗാത്രനായിരുന്നു അദ്ദേഹം. വീഴ്ചയ്ക്ക് ശേഷം ആ ശരീരം കോച്ചി മുറുകി, കൈകാലുകൾ സ്തംഭിച്ചു, നാക്ക് ഉള്ളിലേയ്ക്ക് വലിഞ്ഞു, കണ്ണുകൾ മടിഞ്ഞു, പരസഹായമില്ലാതെ ഒന്നും ചെയ്യാൻ പറ്റാതെ ബോധം മാത്രം അവശേഷിച്ച അവസ്ഥ. തന്റേടിയായി ഞങ്ങളുടെ കൂടെ എല്ലാ കാര്യങ്ങളിലും, പ്രത്യേകിച്ച് സന്തോഷ കൂട്ടായ്മകളിൽ നിറഞ്ഞു നിന്ന ആ മനുഷ്യന്റെ പെട്ടെന്നുള്ള വീഴ്ച്ച ഞങ്ങളെയും കാര്യമായി ബാധിച്ചു. അച്ഛനെ വളരെയധികം സ്നേഹിച്ചിരുന്ന മകൻ അദ്ദേഹത്തിന്റെ ശുശ്രൂഷ സ്വമേധയാ ഏറ്റെടുത്തു. തന്നിൽ നിന്നും അറിയാതെ ഊർന്നിറങ്ങുന്ന മാലിന്യങ്ങൾ മകൻ വൃത്തിയാക്കുമ്പോൾ അയാളുടെ കണ്ണുകൾ ഇടറിയിരുന്നില്ല, ഭക്ഷണം വാരി കൊടുക്കുമ്പോൾ ചുണ്ടുകൾ വിറച്ചിരുന്നില്ല, ദേഹം തുടയ്ക്കുമ്പോൾ ശ്വാസം ഇടറിയിരുന്നില്ല; എന്നാൽ, തൊട്ടടുത്ത മുറിയിൽ ആഹ്ലാദ നിമിഷങ്ങൾ ഞങ്ങൾ പങ്ക് വയ്ക്കുമ്പോൾ ആ... ആ... ആ... എന്ന കാറിച്ച ഒരു ശബ്ദം മാത്രം.

ദിവസങ്ങൾ മാസങ്ങൾ വർഷങ്ങൾ കടന്നു പോയി.

മരണത്തോട് മല്ലിട്ട് യാതൊരു വ്യത്യസ്ഥതയും ഇല്ലാതെയുള്ള ഒരേ കിതപ്പ്. കഷ്ട്ടപ്പെടരുതേയെന്ന പ്രാർത്ഥനകളെപ്പോലും അസ്ഥാനത്താക്കിയുള്ള കിടപ്പ്.

ആകെയുള്ള ഞരക്കം ഞങ്ങൾ ആർപ്പിട്ടു ആഘോഷിക്കുമ്പോൾ മാത്രം. അങ്ങനെയൊരു ആഘോഷ നിമിഷത്തിൽ ആ മനുഷ്യന്റെ കാറിച്ച ഞരക്കം കണ്ട്, അദ്ദേഹവുമായി ആഹ്ലാദ നിമിഷങ്ങൾ പങ്കിട്ട ഓർമ്മയിൽ ആവേശം പൂണ്ട ഒരു കൂട്ടുകാരൻ, ആഘോഷങ്ങൾക്ക് നിമിത്തമായ സ്നേഹപാനീയം അദ്ദേഹത്തിന്റെ ചുണ്ടുകളിലേയ്ക്ക് ഇറ്റിച്ചു, ആ പാനീയത്തിന്റെ പരപ്പ് അദ്ദേഹത്തിന്റെ അബോധനിനവുകളെ മരവിപ്പിച്ചു കൊണ്ട് കണ്ണുകളെ ജീവനുള്ളതാക്കി, തുടർന്ന്, ചുണ്ടുകൾ വിറച്ചു, ഇറങ്ങിപ്പോയിരുന്ന നാക്ക് രുചിയെ നുണഞ്ഞു, ശ്വാസം ലഹരിയെ ആവാഹിച്ചു, കൂട്ടുകാരായ ഞങ്ങൾ എല്ലാവരും ചുറ്റും കൂടി നില്ക്കുകയായിരുന്നു, ചെറിയൊരു പുഞ്ചിരി ആ മുഖത്തേയ്ക്ക് വക്രിച്ചു വന്നു, ഞരമ്പുകൾ മുറുകി, ശരീരം കോരിത്തരിച്ചു, ആവേശത്താൽ ഒരു ശ്വാസം; ആത്മാവ് സ്വതന്ത്രമായി...

എത്രയോ വട്ടം അന്ത്യ കൂദാശ അദ്ദേഹത്തിനായി നടത്തിയിരിക്കുന്നു, വയസ്സിൽ എളിയവർ എങ്കിലും കൂട്ടുകാരായ ഞങ്ങളുടെ കൂടെ സന്തോഷത്തിന്റെ കൂദാശ പങ്കിടാൻ മാസങ്ങളായി, വർഷങ്ങളായി ഉള്ള കാത്തിരുപ്പ്. പിൻവാങ്ങിയ ആത്മാവ് ആ മുഖത്തിന് സമ്മാനിച്ച 'തൃപ്തി' ഇന്നും കണ്ണടച്ചാൽ എന്റെ മനസ്സിൽ തെളിയും...

ബിരുദാനന്തര ബിരുദത്തിനായി പഠിക്കുന്ന സമയം. പ്രഫഷണൽ കോഴ്സുകൾ ധാരാളമുള്ള ഏക്കറുകളോളം പരന്ന് കിടക്കുന്ന ക്യാമ്പസ്. പ്രണയിക്കുന്നവർക്കായി പലതരം പ്രണയമൂലകൾ. അതിൽ മനുഷ്യരാരും പ്രതീക്ഷിക്കാത്ത ഒരിടവും ഉണ്ടായിരുന്നു; ഓപ്പറേഷൻ തിയേറ്ററിന്റെ മുന്നിലെ വിശ്രമ സ്ഥലം. മടിയിൽ കിടന്നും, തലോടിയും, കെട്ടിപ്പിടിച്ചും പല രീതിയിൽ ആശ്വസിപ്പിക്കുന്നവർ. ഒറ്റ നോട്ടത്തിൽ വേണ്ടപ്പെട്ടവരുടെ സർജറിയാണ് അകത്ത് നടക്കുന്നത് എന്ന് തോന്നിപ്പോകും. മറ്റൊരു ഇടം, ഇടതൂർന്ന വൃക്ഷങ്ങളും പൂത്തുലയുന്ന കുറ്റിച്ചെടികളുമുള്ള വടക്കേ അറ്റത്തെ മൂല. ഇടതടവില്ലാതെ സ്നേഹൗഷധങ്ങളും തൈലങ്ങളും ചൊരിയുന്ന സ്ഥലം. ഒരു പകൽ സമയം, കുറച്ചു ആൾക്കാർ വടക്കേ അറ്റത്തെ സ്നേഹമൂലയെ ലക്ഷ്യമാക്കി നീങ്ങുന്നു. ഞാനും ആ കൂട്ടത്തിൽ കൂടി. സ്നേഹമൂലയുടെ നടുവിലായുള്ള വടവൃക്ഷത്തിന് ചുവട്ടിൽ രണ്ട് മിഥുനങ്ങൾ സ്നേഹം പങ്ക് വച്ചുകൊണ്ട് നിൽക്കുന്നു. ആൾക്കൂട്ടത്തെ കണ്ടതും സദാചാര കാവൽക്കാരാണെന്ന് തെറ്റിദ്ധരിച്ചു അവർ 'ഞങ്ങളെ ഉപദ്രവിക്കരുതേ' എന്ന് രണ്ടു കയ്യും കൂപ്പി യാചിക്കുന്നു. ആൾക്കൂട്ടം അവരുടെ യാചന ശ്രദ്ധിക്കുന്നേ ഇല്ല. അവർ പ്രണയമരത്തിന് വളരെ അടുത്തായി എത്തിയ ശേഷം മുകളിലേയ്ക്ക് നോക്കി. ഒരു യുവാവിന്റെ ശവശരീരം തൊട്ടു മുകളിലായി കൊമ്പിന്മേൽ തൂങ്ങിയാടുന്നു. സ്നേഹ ചേഷ്ടകൾക്കിടയിൽ പരിസരം മറന്ന് നിന്നിരുന്ന യുവ മിഥുനങ്ങളും ആ കാഴ്ച കണ്ടു; നിലവിട്ട ആൺകിളി ബോധരഹിതനായി. എന്ത് ചെയ്യണമെന്നറിയാതെ പെൺകിളിയും...

എന്റെ കണ്ണുകൾ തൂങ്ങിയാടുന്ന ആ മനുഷ്യന്റെ മുഖവുമായി ഇഴുകി ചേരുകയായിരുന്നു... പ്രണയവികാരത്താൽ കോരിത്തരിച്ച മുഖം. ആ ചുറ്റുപാടുകളിലെ അനവധി സ്നേഹ

ചേഷ്ടകൾക്കിടയിലായിരിക്കണം ആ ജീവിതം പൊലിഞ്ഞതും, പ്രകൃതി ആ ശരീരത്തെ രൂപപ്പെടുത്തിയതും അതൊരു സൗന്ദര്യമായി മാറിയതും. മരണ സൗന്ദര്യമായി...

4

ആത്മീയ കച്ചവടം

ഇത് എന്റെ മാത്രം ചിന്തകളാണ്.

പണത്തെ ഇഷ്ട പ്രതിഷ്ഠയായി കരുതി അതിനെ സേവിക്കുന്ന ആൾക്കാർ ഉണ്ട്. അവർ തങ്ങൾക്ക് ലഭിക്കുന്ന അനുഗ്രഹങ്ങളെ നന്ദിപൂർവ്വം സ്വീകരിച്ചു തൃപ്തിയോടെ ജീവിക്കുന്നു. അതേസമയം, ഇഷ്ട ദൈവങ്ങളെ സേവിച്ചിട്ട് ഇല്ലായ്മകളുമായി ജീവിക്കുന്നവരും ഉണ്ട്. അത്തരത്തിലുള്ളവർ തങ്ങൾക്ക് പല അനുഗ്രഹങ്ങളും കിട്ടുന്നതായി നടിക്കുന്നതും നമുക്ക് ശ്രദ്ധിച്ചാൽ മനസിലാക്കാൻ സാധിക്കും. എന്റെ അഭിപ്രായത്തിൽ, ആരാധിക്കുന്നതും

സേവിക്കുന്നതും തമ്മിലുള്ള വ്യത്യാസം നമ്മൾ കൃത്യമായും അറിഞ്ഞിരിക്കണം. സാധാരണഗതിയിൽ, ഒരു പ്രതിഷ്ഠയെ, അത് എന്തുമായിക്കോട്ടെ, അതായിരിക്കുന്ന വാദഗതികളിലെ കാഴ്ചകളെ വെടിഞ്ഞു പരിപൂർണ്ണത വെളിവാകുന്ന തരത്തിൽ നിറഞ്ഞ മനസ്സോടെ നോക്കിക്കണ്ടാൽ മാനസിക ശാരീരിക ഉണർവ്വുകൾ നമുക്ക് ലഭിക്കും. ഇതൊരു പ്രപഞ്ച സത്യമാണ്, അതാണ് ആരാധന. എന്നാൽ, അനുഷ്ഠാനങ്ങളിൽ കുരുങ്ങി നാട്ടുനടപ്പനുസരിച്ചു പ്രതിഷ്ഠകളെ ആരാധിക്കുന്നതിന് പകരം സേവിക്കാനാണ് നാം നെട്ടോട്ടമോടുന്നത്. അതിനു വേണ്ടി നാം സ്വരുക്കൂട്ടിയതെല്ലാം, മാനസിക ശാരീരിക അദ്ധ്വാനങ്ങൾ, ചുരുക്കത്തിൽ ധനം ഉൾപ്പെടെ ചെലവാക്കുന്നു. ചിന്തിച്ചാൽ നമുക്കത് മനസിലാകും, അഭിഷേകങ്ങളായും ആഘോഷങ്ങളായും ഉത്സവങ്ങളായും ചൊരിയുന്ന സേവന ചെലവുകൾ. എന്നാൽ, പണത്തെ പ്രതിഷ്ഠയായി കരുതുന്നവരുടെ വ്യത്യസ്ഥത ഇവിടെയാണ് വെളിവാകുന്നത്. ഇവിടെ സേവനം എന്നത് ചെലവുകളെയെല്ലാം വെട്ടിക്കുറച്ചു പണത്തെ നിക്ഷേപങ്ങളാക്കി മാറ്റി സംരക്ഷിക്കുകയെന്ന ധർമ്മത്തിലൂന്നിയ പ്രക്രിയയാണ്. ധർമ്മം എന്ന വാക്കിന്റെ എല്ലാ അർത്ഥങ്ങളും ഇവിടെ വെളിവാകുന്നു, മതമായും പ്രവൃത്തിയായും ത്യാഗമായും നീതിയായും നിക്ഷേപമായും. നിക്ഷേപങ്ങളിൽ നിന്നും കിട്ടുന്ന മൂല്യാധിഷ്ഠിത വർദ്ധനവും ഹരവുമാണ് ഇത്തരത്തിലുള്ളവരെ തന്നെത്താൻ ത്യജിച്ചു പ്രതിഷ്ഠയെ സേവിക്കാൻ പ്രേരിപ്പിക്കുന്നത്. രൂപ ഒന്നിനെ ചെലവിൽ നിന്നും സംരക്ഷിക്കുന്നത് രൂപ ഒന്ന് സമ്പാദിക്കുന്നതിന് തുല്യമാണെന്ന അടിസ്ഥാന തത്ത്വം മനസിലാക്കിയവരാണിവർ. അവനവനിലുള്ള മാനസിക ശാരീരിക ദൈവീക ഊർജ്ജത്തെ വെറുതെ തുളുമ്പിപ്പോകാൻ അനുവദിക്കാതെ അവയെ സന്ദർഭാനുസരണം സംരക്ഷിച്ചു ശരിയായ രീതിയിൽ അവനവനിലെ സ്വത്വത്തിലോ മറ്റുള്ളവരുടെ സ്വത്വത്തിലോ നിക്ഷേപിക്കുമ്പോഴാണ് യഥാർത്ഥ സേവനം ഉടലെടുക്കുന്നതും, സ്വത്വത്തിന്റെ മൂല്യം വർദ്ധിക്കുന്നതും. നേരെ മറിച്ചു, നിക്ഷേപങ്ങളിൽ വിശ്വസിക്കുന്നില്ലായെങ്കിൽ ഏതു തരം പ്രതിഷ്ഠയെ ആരാധിക്കുന്നവരായാലും ആത്മീയമായും ഭൗതീകമായും

ദരിദ്രരാകാൻ നിമിഷനേരം മതി. നമ്മുടെയെല്ലാം സേവനശീലങ്ങളുടെ പരിവർത്തനത്തിനാവശ്യമായ ചിന്തകൾ തുടങ്ങേണ്ടുന്ന കാലം വളരെ അതിക്രമിച്ചിരിക്കുന്നു.

നിക്ഷേപങ്ങളിലെ വ്യത്യസ്ഥത കൊണ്ട് എന്നെ അതിശയിപ്പിച്ച ഒരാളുടെ ജീവിതത്തിലേയ്ക്ക് ഒരു നോട്ടം.

ചെറു പ്രായത്തിൽ പലരോടും നമുക്ക് അസൂയ തോന്നാറുണ്ട്, അത്തരത്തിൽ എനിക്ക് അസൂയ തോന്നിയ ഒരു അണ്ണൻ എന്റെ നാട്ടിലുണ്ടായിരുന്നു. വളരെയേറെ സുന്ദരനും സുമുഖനുമായ വ്യക്തി, അയാളുടെ ഇരു ചക്ര വാഹനമാകട്ടെ അക്കാലത്ത് ഞങ്ങളുടെയൊക്കെ സ്വപ്നമായിരുന്ന റോയൽ എൻഫീൽഡ് ബുള്ളറ്റും. വെട്ടിത്തിളങ്ങുന്ന ബുള്ളറ്റിൽ തേച്ചുമിനുക്കിയ പാരഗൺ സ്ലിപ്പറിട്ട് വണ്ടിയുടെ ഗിയർ താളാത്മകമായി മാറ്റി ചുറ്റുപാടും കണ്ണോടിച്ചു വളരെ പതുക്കെയായിരിക്കും അയാളുടെ യാത്ര. പൊതു ടാപ്പുകളിൽ നിന്നും വെള്ളമെടുക്കാൻ എന്ന വ്യാജേനെ ഗ്രാമത്തിലെ തരുണീമണികൾ ലജ്ജിത മിഴികളോടെ മണ്ണിൽ വട്ടം വരച്ചു അയാളുടെ വരവും കാത്ത് നില്ക്കുമായിരുന്നു. അത്രയ്ക്ക് ഗാംഭീര്യം ഉണ്ടായിരുന്നു ആ വരവിന്.

രഘു എന്ന് പേരുള്ള അയാൾക്ക് പറഞ്ഞറിയിക്കാൻ സാധിക്കാത്ത തരത്തിൽ സ്വത്തുവകകൾ ഉണ്ടായിരുന്നു. തനിക്കുള്ള പറമ്പുകൾ എവിടെയൊക്കെയാണെന്ന് നിശ്ചയമില്ലാത്ത അവസ്ഥ. തെങ്ങിൽക്കയറാതെ തന്നെ വീണ് കിട്ടുന്ന തേങ്ങകളെ ആട്ടി എണ്ണയാക്കുവാൻ പോലും രണ്ട് ചക്കുകൾ. കറവപ്പശുക്കൾ, ആട്, പട്ടി, പൂച്ച, കോഴി അങ്ങനെ പോകുന്നു മൃഗസമ്പത്ത്.

രഘു അണ്ണന്റെ വിവാഹ ദിവസം വന്നെത്തി. കൂട്ടുകാരായ ഞങ്ങൾക്ക് കിട്ടിയ ഏറ്റവും വലിയ സൽക്കാരമായിരുന്നു അന്നത്തേത്. ആ നാട്ടിൽ ആദ്യമായിട്ടായിരുന്നു അത്തരത്തിലുള്ള ഒരു ആവേശ കല്യാണം. പാട്ട്, കൂത്ത്, മേളക്കാര്, വലിച്ചു കെട്ടിയ വെള്ള മുണ്ടിൽ സിനിമ, വെടിക്കെട്ട്, വിവിധ തരം ഭക്ഷണ വിഭവങ്ങൾ, അങ്ങനെ പറഞ്ഞു തീരാത്തത്ര ആവേശമായിരുന്നു അന്ന്. കല്യാണ ദിവസം പെൺകുട്ടിയെ ഒരു നോക്ക് കാണാനായി തിക്കിലും തിരക്കിലും പെട്ട് ഞാനും മറ്റു കൂട്ടുകാരും ബുദ്ധിമുട്ടി. വളരെ പ്രയാസപ്പെട്ട് തിക്കിത്തിരക്കി ഞങ്ങൾ അവരുടെ അടുത്ത് എത്തി. പെൺകുട്ടിയെ

കണ്ടു; ഞങ്ങളുടെ സാമാന്യ ബുദ്ധിയ്ക്ക് നിരക്കാത്ത ഒരു സ്ത്രീ. രഘു അണ്ണന് എന്തുപറ്റി എന്നായി ഞങ്ങളുടെ ചിന്ത. അതിഭീമമായ സ്ത്രീധനം ആണ് കാരണമെന്ന് മുതിർന്നവർ അടക്കം പറഞ്ഞു ചിരിക്കുന്നത് കേട്ടിട്ട് ഞങ്ങൾ മൂക്കത്തു വിരൽ വച്ചു.

ആളുകളുടെ ചിന്തകളും പദ്ധതികളും നമുക്ക് ഊഹിക്കാവുന്നതിനും അപ്പുറമാണല്ലോ. ആൾക്കാർ ആദ്യമൊന്ന് ഞെട്ടിക്കഴിഞ്ഞാൽ ക്രമേണെ കാര്യങ്ങൾ സാധാരണഗതിയിലാകുമെന്ന് ബോധ്യമുണ്ടായിരുന്ന പോലെയായിരുന്നു രഘുവണ്ണന്റെ ഇടപെടലുകൾ.

വൈകുന്നേരത്തെ സ്വീകരണത്തിന് ശേഷം, ഞങ്ങൾ നോക്കി നിൽക്കെ, സ്ത്രീധനഭാഗമായി കിട്ടിയ വിലയേറിയ ബെൻസ് കാർ രഘുവണ്ണൻ മതിലിൽ ഇടിപ്പിച്ചു, തുടർന്ന് കാറിന്റെ ഇടതു വശത്തെ പെയിന്റിന് കേടു പറ്റിയത് നിറകണ്ണുകളോടെ തന്റെ ഭാര്യയെ വിളിച്ചു കാണിച്ചു. രഘുവിന്റെ കണ്ണുനീർ കണ്ട ആ സ്ത്രീ അയാളെ ആശ്വസിപ്പിക്കുകയായിരുന്നു. കാര്യമൊന്നും മനസിലാകാതെ ഞങ്ങളും. കാർ ശരിയാക്കിയില്ലെങ്കിൽ ഉറക്കം വരില്ല എന്ന് അവളെ ബോധിപ്പിച്ചിട്ട് ആ രാത്രി തന്നെ അയാൾ ഞങ്ങളെയും കൂട്ടി പരിചയമുള്ള ഒരു വർക്ക്ഷോപ്പിന്റെ മുന്നിലെത്തി. പണിക്കാരനെ കാര്യങ്ങൾ പറഞ്ഞു ഏല്പിച്ച ശേഷം ഞങ്ങൾ അവിടെ നിന്നും പിരിഞ്ഞു. അടുത്ത ദിവസം ഉച്ചയോടെ ഞങ്ങൾ വീണ്ടും രഘു അണ്ണനെ കണ്ടു. പുതിയ ബെൻസ് കാറിന്റെ വശത്തായി ചാരി നിൽക്കുകയായിരുന്നു അയാൾ. ഞങ്ങൾ കാറിനടുത്തെത്തി. കാറിന്റെ പെയിന്റെല്ലാം ശരിയാക്കിയിരിക്കുന്നു. അയാൾ ഞങ്ങളെ കാറിൽ കയറ്റി, പറക്കുന്ന ഒരു കൊട്ടാരം. ആദ്യമായിട്ടാണ് ഞങ്ങൾ അത്തരമൊരു വിലയേറിയ കാറിൽ കയറുന്നത്. അപ്പോഴാണ് തലേ ദിവസത്തിൽ നിന്നും വ്യത്യസ്ഥമായി ഞാനൊരു കാര്യം ശ്രദ്ധിച്ചത്. കാറിന്റെ വശങ്ങളിലുള്ള ഗ്ലാസ്സുകളിൽ പുറത്ത് നിന്നും കാറിൽ ഇരിക്കുന്നവരെ കാണാൻ പറ്റാത്ത വിധത്തിലുള്ള കറുപ്പ് നിറത്തിലുള്ള സ്റ്റിക്കറുകൾ ഒട്ടിച്ചിരിക്കുന്നു, എന്നാൽ, കാർ ഓടിക്കുന്നയാൾ ഇരിക്കുന്നിടത്തെ ഗ്ലാസ്സിൽ കറുപ്പ് നിറം നന്നേ കുറവും, പുറത്തു നിന്നും നോക്കിയാൽ ഓടിക്കുന്നയാളെ കാണത്തക്ക വിധത്തിൽ.

ഇക്കാര്യം ഞാൻ ശ്രദ്ധയിൽപ്പെടുത്തിയപ്പോൾ അയാളിൽ നിന്നും ഒരു ഹ്രസ്വ കവിത ഇങ്ങനെ ഒഴുകിയെത്തി.

'ലോകര് തിരയുക സൗന്ദര്യം,

ഹിതമായി ഒഴുകിടും നേർമ്മയിൽ

മന്ദിപ്പതെല്ലാം മറച്ചിടും

കാർമ്മുകിൽ നിറമുള്ള തോരണം.'

പറഞ്ഞ വരികൾ ഒന്ന് രണ്ടു പ്രാവശ്യം മനസ്സിൽ പറഞ്ഞപ്പോഴാണ് എനിക്കതിന്റെ പൊരുൾ അഴിഞ്ഞു കിട്ടിയത്. ഭാര്യയെ മറ്റുള്ളവരുടെ ദൃഷ്ടിയിൽ നിന്നും സംരക്ഷിക്കാനുള്ള വ്യഗ്രത!

കാറിൽ പോകുമ്പോൾ കൂടെയിരിക്കുന്ന ആളിനെ നോക്കി മൂക്കത്തു വിരൽ വയ്ക്കാതിരിക്കാനുള്ള ഒരു അടവ്.

മറ്റൊരു ദിവസം, കറുപ്പ് നിറത്തിലെ വ്യത്യാസം അയാളുടെ ഭാര്യയും ചൂണ്ടിക്കാട്ടിയപ്പോൾ മറുപടി ഇപ്രകാരമായിരുന്നത്രേ. "മറ്റുള്ളവർ എന്നിലൂടെ മാത്രമേ നിന്നെ കാണാവൂ, അത്രമേൽ ഞാൻ നിന്നെ സ്നേഹിക്കുന്നു." ആ വാക്കുകൾ മാത്രം മതിയായിരുന്നു അവൾക്ക്.

പുതു പെണ്ണിന്റെ പൊലിമ കുറഞ്ഞതിനനുസരിച്ചു യാത്രകളും കുറഞ്ഞു. പകൽ നേരം അവർ ഒരുമിച്ചു പുറത്തേയ്ക്ക് ഇറങ്ങാതായി. രഘുവണ്ണൻ തന്റെ സ്നേഹാഭിനയം ഉപയോഗപ്പെടുത്തി അത്തരത്തിലുള്ള അവളുടെ ആഗ്രഹങ്ങളെ കീഴ്പ്പെടുത്തുന്നതായി എനിക്ക് തോന്നി.

ഒരിക്കൽ സിനിമ കാണണമെന്ന മോഹം അവൾ അറിയിച്ചു. പകൽ തിരക്കാണ് എന്ന് സ്നേഹത്തോടെ അവളെ ഓർപ്പിച്ച അയാൾ രാത്രി സിനിമയ്ക്ക് പോകാമെന്ന ഉറപ്പും കൊടുത്തു. രാത്രി കാറിൽ അവർ ഒരുമിച്ചു യാത്ര തിരിച്ചു. രഘു അണ്ണൻ ഞങ്ങൾക്കും ടിക്കറ്റ് എടുത്തിരുന്നു. ഞങ്ങളോട് നേരിട്ട് സിനിമ കൊട്ടകയിൽ എത്താനായിരുന്നു പറഞ്ഞിരുന്നത്. ഞങ്ങൾ കുറച്ചു നേരത്തെ തന്നെ കൊട്ടകയിൽ എത്തി. അതാ ഒഴുകി വരുന്നു ഞങ്ങളുടെ രഘുവണ്ണന്റെ ബെൻസ്. ആ രാജകീയ വരവ് ചുറ്റുപാടുമുള്ള എല്ലാവരും നോക്കുന്നുണ്ടായിരുന്നു. കാർ ഞങ്ങളുടെയടുത്തെത്തി, വശത്തെ ഗ്ലാസ് താഴ്ത്തി രഘുവണ്ണൻ ഞങ്ങളെ കൈ കാണിച്ചു. അത് ഞങ്ങളുടെ ഗമ കൂട്ടി. കാറിൽ ഇരുന്നു കൊണ്ട് എന്നെ അണ്ണൻ അടുത്തേയ്ക്ക് വിളിച്ചു, പോക്കറ്റിൽ നിന്നും കാശെടുത്ത് തന്നിട്ട്

ചെവിയിലൊരു സ്വകാര്യം;

"ടാ, പോയി മൂന്ന് മുഴം നല്ല മണമുള്ള മുല്ലപ്പൂ വാങ്ങിയിട്ട് വാ."

ഞാൻ ഒറ്റയോട്ടത്തിനു പോയി നല്ല മണമുള്ള മുല്ലപ്പൂവുമായി എത്തി. അയാൾ എന്നോട് കാറിൽ കയറാൻ പറഞ്ഞു. ഭാര്യയോട് കണ്ണുകൾ മുറുകെ അടച്ചു തിരിഞ്ഞിരിക്കാൻ പറഞ്ഞപ്പോൾ, "നീയാണല്ലേ അണ്ണനെ കുടിപ്പിക്കുന്നെ, കൂടുതൽ ആകരുത് കേട്ടോ" എന്ന മറുപടി ആ സ്ത്രീയിൽ നിന്നും ഉയർന്നു.

രഘു അണ്ണൻ മുല്ലപ്പൂ വാങ്ങി സ്നേഹത്തോടെ അവളുടെ തലമുടിയിൽ വച്ചു. അയാൾ തന്റെ വിരലുകൾ കൊണ്ട് അവളുടെ മുടിയിഴകളെ കോതിയൊതുക്കി. അവളുടെ കഴുത്തിലെ ഇളം മുടികൾ ആദരവോടെ എഴുന്നേറ്റ് നിന്നു...

"എന്റെ പെണ്ണ് എല്ലാരെക്കാളും ഒരുങ്ങി മണമുള്ള മിടുക്കിയായിരിക്കണം" അയാൾ അവളുടെ ചെവിയിൽ പറഞ്ഞു.

കള്ള് കുടിക്കുകയാണെന്ന തെറ്റിദ്ധാരണയുടെ നെരിപ്പോടിൽ നീറിയ വാക്കുകൾ മുല്ല മണത്താൽ കിനിഞ്ഞു ആനന്ദ കണ്ണീരായി അവളിൽ നിറയുന്നത് ഞാൻ ശ്രദ്ധിച്ചു. അവരുടെ സ്നേഹത്തിൽ എനിക്ക് അസൂയ തോന്നി, അവരുടെ കല്യാണം നടന്ന സമയത്ത് ചിന്തിച്ചു കൂട്ടിയ കാര്യങ്ങളോർത്ത് ലജ്ജിച്ചു.

അഞ്ചാം നിരയിലായിരുന്നു ഞങ്ങൾക്കായുള്ള ഇരിപ്പിടം, അവരുടേത് പത്താം നിരയിലും. മുല്ലപ്പൂ ചൂടി കുണുങ്ങിയിരിക്കുന്ന രഘുവണ്ണന്റെ ഭാര്യയെ പലരും ഒളികണ്ണിട്ടു നോക്കുന്നുണ്ടായിരുന്നു. സിനിമയുടെ ഇടവേളയിൽ ഞാൻ രഘുവണ്ണനെ കൊട്ടകയുടെ പുറത്ത് വച്ച് കണ്ടു, അയാൾ മറ്റൊരാളുമായി സംസാരിച്ചു കൊണ്ട് മൂക്കിലൂടെ പുക വിടുകയായിരുന്നു. ആ നില്പിനും ഉണ്ടായിരുന്നു ഒരു ഗാംഭീര്യം. നിർഭാഗ്യവശാൽ ഞാൻ അവരുടെ സംഭാഷണം കേൾക്കാൻ ഇടയായി.

അപരൻ : "ടാ, രഘുവേ, എനിക്ക് നിന്റെ കല്യാണം കൂടാൻ പറ്റിയില്ല, ഞാൻ നാട്ടിലില്ലായിരുന്നു. അതൊക്കെ പോട്ടേ, കൂടെയുള്ള മുല്ലപ്പൂ എവിടുന്നാ."

രഘു : "ബസ് സ്റ്റാൻഡിന്റെ അടുത്തൂന്ന് പൊക്കിയതാടാ"

അപരൻ : "കെട്ട് കഴിഞ്ഞാലും നീ നന്നാവില്ല അല്ലേ, പൊക്കിയതോ പൊക്കി, ഇത്തിരി മെനയുള്ളതിനെ കിട്ടിയില്ലേ?"

രഘു : "നോക്കിയെടുക്കാൻ പൂജാവിഗ്രഹമൊന്നുമല്ലല്ലോ അത്; കിട്ടിയതിനെ മനസ്സറിഞ്ഞു ചെലവില്ലാതെ പൂജിക്കുക, അത്ര തന്നെ"

അപരൻ : "പൂജിച്ചോ, പൂജിച്ചോ, ചെലവില്ലാത്ത പൂജകളിൽ നിന്നും ഇത്രയൊക്കെ ഐശ്വര്യം പ്രതീക്ഷിച്ചാൽ മതി."

ഇതെല്ലം കേട്ടപ്പോൾ എന്റെ ചെവിയിലൂടെ പറന്നു പോയ പ്രജ്ഞ കുറച്ചു കഴിഞ്ഞിട്ട് ഞാനറിയാതെ തന്നെ എന്നിലേയ്ക്ക് തിരികെ വന്നു. രാത്രി ചൂടുന്ന മുല്ലപ്പൂവിന്റെ കുടിലത അപ്പോഴാണ് എനിക്ക് മനസിലായത്. ഞാൻ രഘുവണ്ണന്റെ മുഖത്തേയ്ക്കു നോക്കി, അയാൾക്ക് യാതൊരു ഭാവവ്യത്യാസവും ഇല്ലായിരുന്നു. സിനിമ കഴിഞ്ഞിട്ട് കാറിൽ കയറിയുള്ള അവരുടെ സ്നേഹ പ്രകടനം കണ്ടപ്പോൾ എനിക്ക് ആ കൂട്ടുകാരനോട് വല്ലാത്ത വെറുപ്പ് തോന്നി.

ഒരു കൗമാരക്കാരന്റെ കണ്ണുകളിലൂടെയായിരുന്നു അന്ന് ഞാൻ കാര്യങ്ങളെ വിശകലനം ചെയ്തിരുന്നത്. വർഷങ്ങൾക്ക് ശേഷം ഞാൻ അയാളെ കണ്ടു. അദ്ദേഹത്തിന്റെ ഇരു വശത്തുമായി രണ്ട് കുഞ്ഞുങ്ങൾ. റോഡിനോട് ചേർന്ന പറമ്പിൽ 150 കിടക്കകളോട് കൂടിയ ആശുപത്രി, അതിന്റെ അടുത്തായി ഷോപ്പിങ് മാൾ, വില്ലകൾ അങ്ങനെ പലതും. അയാളുടെ ഭാഷയും ശരീര ഭാഷയും വളരെയധികം മാറിയിരിക്കുന്നു... കൗമാരക്കാലത്തെ എന്റെ ചിന്തകളിലോ വെറുപ്പിലോ യാതൊരു കഴമ്പും ഇല്ലായിരുന്നു എന്ന് എനിക്ക് മനസിലായി.

ഞാൻ : "അണ്ണാ, അണ്ണന് ഒരുപാട് നല്ല മാറ്റങ്ങൾ വന്നിട്ടുണ്ടല്ലോ."

അയാൾ ഉറക്കെ ചിരിച്ചു, എന്നിട്ട് പുറകിലേയ്ക്ക് വിരൽ ചൂണ്ടി, "ഇതിനെല്ലാം കാരണം ദാ അവളാണ്."

വളരെയധികം ആഢ്യത്തം തോന്നിക്കുന്ന ഒരു സ്ത്രീ അകലെയായി നില്ക്കുന്നു. അവർ ഞങ്ങളുടെ അടുത്തേയ്ക്ക് വന്നു. കുലീനമായ വേഷവിധാനത്തോടും ശാരീരിക മികവോടും വടിവോടും ആരും ശ്രദ്ധിക്കുന്ന ഒരു രൂപം. രഘുവണ്ണൻ വേറെ കെട്ടിയല്ലോയെന്ന അന്ധാളിപ്പിൽ നിന്നപ്പോൾ അയാൾ എന്റെ തോളിൽ തട്ടി.

"അന്ന് സിനിമ കൊട്ടകയിൽ മുല്ലപ്പൂവും വച്ചിരുന്ന ആൾ തന്നെയാടോ ഇത്."

എനിക്ക് വിശ്വസിക്കാൻ കുറച്ചു സമയം എടുത്തു, വണ്ണം നന്നേ കുറഞ്ഞിരിക്കുന്നു, മുടി മുഖത്തിനു യോജിച്ച രീതിയിൽ

വെട്ടിയൊതിക്കിയിരിക്കുന്നു, പല്ലുകൾ രാകി നിരപ്പാക്കിയിരിക്കുന്നു, ശരിക്കും പഴയ വ്യക്തിയുടെ യഥാർത്ഥ സ്വത്വം.

രഘു : "എനിക്കറിയാമായിരുന്നെടോ കല്യാണം കഴിഞ്ഞപ്പോൾ നിങ്ങളെല്ലാം മൂക്കത്തു വിരലും വച്ച് കളിയാക്കി ചിരിയായിരുന്നുവെന്ന്. പലരെയും ഊശിയാക്കാൻ വേണ്ടി ഞാനിട്ട വമ്പിന്റെ അറ്റം ഈമ്പി രസിക്കുകയായിരുന്നു നിങ്ങൾ. അന്ന് കാറിൽ സ്റ്റിക്കറൊട്ടിച്ചത് അവൾ ചിരിക്കുന്നതും എന്നോടൊപ്പം സന്തോഷമായിരിക്കുന്നതും നിങ്ങൾ കാണാതിരിക്കാനാണ്. സിനിമ കൊട്ടകയിൽ മുല്ലപ്പൂ വച്ചതും ബോധപൂർവ്വം തന്നെയാ. എന്തിനെയും പറഞ്ഞു നശിപ്പിക്കുന്ന ആ വിടുവായനെ ഞാനവിടെ കണ്ടിരുന്നു. അവൻ സംസാരിച്ചിട്ട് അവൾക്കു സങ്കടം വരരുതല്ലോ. കെട്ടിയ പെണ്ണാണെന്ന് പറഞ്ഞാലല്ലേ പറഞ്ഞു നശിപ്പിക്കൂ. ചില നേരിയ ഇഴകളാണ് പല ദൃഢ ബന്ധത്തിന്റെയും കാതൽ. പെണ്ണ് കാണാൻ നേരത്ത് ഞാനിവളോട് ഇഷ്ട പ്രതിഷ്ഠ ഏതാണെന്നു ചോദിച്ചിരുന്നു. പണം എന്നായിരുന്നു ഉത്തരം. ചെലവുകൾ വെട്ടിയൊതുക്കി ചെയ്യുന്ന ധർമ്മമാണ് സേവനമെന്നും അവൾ അന്ന് ചൂണ്ടിക്കാട്ടി. ഉള്ള സ്വത്തുക്കൾ അന്യാധീനമായി തീരാതിരിക്കാൻ അന്ന് തീരുമാനിച്ചു ഈ മുത്തായിരിക്കും എന്റെ പ്രതിഷ്ഠയെന്ന്. അവളിൽ ഞാൻ എന്നിലുള്ള എല്ലാം വിശ്വസ്തതയോടെ നിക്ഷേപിച്ചു, ചെലവുകൾ ഇല്ലാതെ പൂജിച്ചു. അതിന്റെ ഐശ്വര്യമാണ് അവളിലും ഈ ചുറ്റിലും കാണുന്നത്. ഇതാണെടോ കച്ചവടം. നിക്ഷേപങ്ങൾ വളരുന്ന കച്ചവടം. ആത്മീയ കച്ചവടം. അതല്ലാതെ മറ്റുള്ളവർക്ക് വേണ്ടി എല്ലാം നശിച്ചു ഒന്നുമില്ലാത്തവനായി മാറുന്നതല്ല."

എന്നിൽ നിന്നും വീണ്ടും പറന്നു പോയ പ്രജ്ഞയെ ഞാനപ്പോൾ അന്വേഷിക്കുകയായിരുന്നു...

5

മാരണ സംരക്ഷണം

സ്ത്രീ എന്ന ദിവ്യത്വത്തിന്റെ പരമോന്നത്യം മാനുഷിക സങ്കല്പങ്ങൾക്ക് എത്രയോ മുകളിലാണ് എന്ന് ഒരാൾ മനസിലാക്കുമ്പോഴേക്കും ആ വ്യക്തിയുടെ മരണമണിയുടെ സ്പന്ദനം പ്രകൃതി പുറം തള്ളിയിട്ടുണ്ടാകും. കാലാകാലങ്ങളിൽ ഒരു പുരുഷനിൽ സംഭവിക്കുന്ന ക്രിയാകർമ്മങ്ങളുടെ വീണ്ടെടുപ്പും അവലോകനവും സാധ്യമാകണമെങ്കിൽ ഒരു സ്ത്രീയുടെ സാന്നിധ്യം കൂടിയേ തീരൂ. അതുകൊണ്ടാണല്ലോ സ്ത്രീ മകളായും, കൂട്ടുകാരിയായും, കാമുകിയായും, ഭാര്യയായും, അമ്മയായും, സഹോദരിയായും ഒക്കെ മാറുന്നത്.

എന്റെ നാട്ടിലെ ഒരു സുഹൃത്തിന്റെ ക്രിയാകർമ്മങ്ങളിന്മേൽ നടന്ന വീണ്ടെടുപ്പ് ഇപ്രകാരമാണ്.

നാട്ടിലൊക്കെ കല്യാണത്തിന് ബഹിർമുഖത്വം നല്കിയിരുന്ന കാലത്തായിരുന്നു എന്റെ യൗവനവും പൊട്ടി വിടർന്നത്. ചെറുക്കനെ കുടില കൂട്ടുകെട്ടുകളിൽ നിന്നും രക്ഷിക്കുക, ഉത്തരവാദിത്തം പഠിപ്പിക്കുക , മന്ദത മാറ്റി നന്നാക്കുക, സമ്പാദ്യ ശീലം വരുത്തുക ഇങ്ങനെ നീണ്ടു പോകുന്നു വീട്ടുകാരുടെ മുന്നിലെ ആ ആത്മീയ തീരുമാനത്തിന്റെ നിജാവസ്ഥ. ഇത്തരത്തിലുള്ള വീഴ്ചകളിൽ നിന്നും വിടുതൽ നേടാനായി എന്റെ കൂട്ടുകാരനും വിവാഹിതനായി.

വിവാഹ ശേഷം നല്ല നടപ്പിന്റെ ബാല പാഠങ്ങളായ വ്യക്തി ശുചിത്വം, വാസന തൈലാഭിഷേകം, കിടക്കയലങ്കാരം, ശാരീരിക ശേഷി പഠനം, യുക്തിശാസ്ത്ര ബോധനടനം, ബന്ധുബല പ്രഖ്യാപിത വിവരണം തുടങ്ങിയവയിലൂടെ അവൻ തന്റെ രാജ്യം അവളുടെ മുന്നിൽ സൃഷ്ടിച്ചെടുക്കുകയായിരുന്നു. എന്നിരുന്നാലും, ബന്ധങ്ങളിലെ അലിഖിത നിയമമായ പരസ്പര ബഹുമാനം കാണാമറയത്തേയ്ക്ക് തള്ളി വിട്ടായിരുന്നു ആ രാജ്യവല്ക്കരണം. അവളുടെ മേലൊരു മേൽകൈ എടുക്കാനുള്ള എല്ലാ അവസരങ്ങളെയും അവൻ ഉപയോഗിക്കാതെ വിട്ടില്ല. സ്ത്രീ പുരുഷ ബന്ധത്തിന്റെ മാസ്മരിക കാരാഗൃഹത്തിൽ അരങ്ങേറുന്നതും ഇതുവരെയും താൻ അനുഭവിച്ചിട്ടില്ലായെന്നു തീർത്തും അവകാശപ്പെടാൻ സാധിക്കാത്തതുമായ ആ ആസക്ത്തിയെ അവൻ ശരീരത്തെ മുൻനിറുത്തി അവളിൽ ആവോളം ആസ്വദിച്ചു. മനസിനെ സിദ്ധം ചെയ്യാത്ത അവൻ, ശാരീരിക ജിജ്ഞാസയുടെ പുതുമ മങ്ങുന്ന മുറയ്ക്ക് പുറം ലോകത്തിലെ പഴയ അവസ്ഥകളിലേയ്ക്ക് വീണ്ടും എത്താനായി വെമ്പൽ കൊള്ളുകയായിരുന്നു. നമ്മുടെ സർക്കാർ പോറ്റുന്ന കാരാഗൃഹവാസികൾ സിദ്ധം ചെയ്യാതെ പുറത്തിറങ്ങുന്നത് പോലെ! സാമൂഹിക യോഗ്യതകൾക്ക് നിരക്കാത്തവരെ കാരാഗൃഹമെന്ന ചുറ്റു മതിലിനുള്ളിലാക്കി അവരിലെ മാനസിക തിന്മകളെ എടുത്തുമാറ്റി, തികച്ചും യോഗ്യരാക്കി തിരിച്ചു സമൂഹത്തിന് നൽകുക എന്നതാണല്ലോ കാരാഗൃഹ ധർമ്മം! എന്തൊക്കെ ധാർമ്മിക പാഠങ്ങൾ പഠിപ്പിച്ചാലും ഇത്തരത്തിലുള്ള ഇടപെടലുകളിലൂടെ നന്നാകുന്നവർ വളരെ വിരളമാണ്. അങ്ങനെയുള്ളവർക്കായുള്ള പാഠശാല, സ്ത്രീ സമൂഹം കല്പിച്ചിരിക്കുന്നത് നിർവ്വചനാതീതമാണ്, എന്റെ സുഹൃത്ത് നേരിട്ട പോലെ...

പതുക്കെ പതുക്കെ അവളുടെ മാസ്മരിക കാരാഗൃഹ വലയത്തിൽ നിന്നും പുറത്തു കടന്ന അവൻ വീണ്ടും കൂട്ടുകാരെ തേടിയെത്തി.

"അവളിപ്പോൾ എന്റെ സംരക്ഷണത്തിന്റെ അടിമയാണ്, ഇനി എന്തിനും ഏതിനും ഞാനുമുണ്ട് നിങ്ങളുടെ കൂടെ", ഇതായിരുന്നു വീണ്ടും വന്ന അവൻ ആദ്യമായി കൂട്ടുകാരായ ഞങ്ങളോട് പറഞ്ഞത്.

എന്നാൽ, സ്ഥിതിഗതികളെപ്പറ്റി സാമാന്യ ബോധ്യമുള്ള ഞങ്ങൾ അവനെ ഉപദേശിക്കാൻ തുടങ്ങി. തന്റെ സ്ഥായി ഭാവത്തെ കൂട്ടുകാർ ചോദ്യമുനയിൽ നിറുത്തുന്നത് മനസിലാക്കിയ അവൻ, സ്വന്തം ദാമ്പത്യ ഭദ്രതയുടെ തിട്ടം ഞങ്ങളുടെ മുന്നിൽ പല രീതികളിൽ തുറന്ന് വച്ച് പഴയ കൂട്ടുകെട്ടിലെ അല്പത്തരങ്ങൾക്ക് താൻ വീണ്ടും യോഗ്യനാണെന് കാണിക്കാൻ മത്സരിച്ചു. അങ്ങനെയിരിക്കെ, മറ്റൊരു സുഹൃത്തിന്റെ വിവാഹ ദിനം വന്നെത്തി. ക്ഷണിക്കപ്പെട്ട വിവാഹത്തിന് എന്റെ ആ കൂട്ടുകാരനും ഭാര്യയും എത്തിച്ചേർന്നു. സൽക്കാര കർമ്മങ്ങളുടെ ഭാഗമായ മധുപാനത്തിൽ അവനും പങ്കാളിയായി. ഓരോരോ നിർദ്ദേശിത പരിധി കഴിയുമ്പോഴും ഒരു തരം വന്യമായ ആത്മവിശ്വാസം അവനിൽ ഉടലെടുക്കുന്നത് ഞങ്ങൾ കാണുന്നുണ്ടായിരുന്നു.

കൂട്ടുകാർ എത്രത്തോളം നിരുത്സാഹപ്പെടുത്തുന്നോ അത്രത്തോളം വാശി അവനിൽ നിറഞ്ഞു തുളുമ്പി. അവൻ, എന്തൊക്കെയോ കാര്യങ്ങൾ ശരിയാണെന്നു തെളിയിക്കാനുള്ള തത്രപ്പാടിലായിരുന്നു. എല്ലാവരും എതിർത്തിട്ടും ആ മധുപാന സഭയിലേയ്ക്ക് തന്റെ ഭാര്യയെ വിളിച്ചു വരുത്തി. ഭാര്യയുടെ വാക്കുകൾ മുഖവിലയ്ക്കെടുക്കാതെയും ദാമ്പത്യ ആധികാരികത തന്നിലാണെന്ന് വെളുപ്പെടുത്തിക്കൊണ്ടും അവൻ പരിധികൾ വിടുകയായിരുന്നു. കൂട്ടുകാരുടെ നിർബന്ധിത അന്ത്യ ശാസനത്തിന് അവന് വഴങ്ങേണ്ടി വന്നു. അവൻ അവളുമായി അവിടെ നിന്നും പുറപ്പെടാൻ തയ്യാറായി. സുബോധമുള്ള പലരും അവന്റെ നെറികെട്ട ഇടപെടലുകളിലും അവളുടെ അവസ്ഥയിലും സഹതാപം തോന്നിയിട്ട് അവനെ വീട്ടിലേയ്ക്കു കൊണ്ട് വിടാമെന്ന നിർദ്ദേശം വച്ചു.

അവൻ കൂട്ടുകാരെ വെല്ലുവിളിച്ചു, "ടാ തൈരുകളെ, ഇത് ഞാനാ, ഇവളെ കെട്ടിയതു ഞാനാ, അവളെയോർത്താരും വേവലാതിപ്പെടേണ്ട. എന്റെ മാരണസംരക്ഷണം മതി ഏതവസ്ഥയിലും അവൾക്ക്. എന്റെ

വണ്ടി ഞാൻ ഓടിക്കും."

ചിത്തഗുണമില്ലാത്ത ആ അവസ്ഥയിൽ സംസാരത്തിന് യാതൊരു പ്രാധാന്യവും ഇല്ലെന്ന് മനസിലാക്കിയ ഞങ്ങൾ മറുവാദങ്ങളൊന്നുമില്ലാതെ നിശ്ശബ്ദമായി അവരറിയാതെ ഒപ്പം കൂടി. ആ പെങ്ങളുടെ സംരക്ഷണം ഉറപ്പ് വരുത്തുക എന്നത് ഞങ്ങളുടെ കടമ ആയിരുന്നു. പത്തിരുപതു വാരം നടന്ന അവൻ തന്റെ വാഹനത്തിന്റെ അടുത്ത് എത്തും മുൻപേ മോഹാലസ്യത്തിന് അടിമപ്പെട്ട് അടഞ്ഞു കിടന്ന ഒരു കടയുടെ മുന്നിലേയ്ക്ക് പതിച്ചു.

ഇരുട്ടിന്റെ മറവിൽ ആയിരുന്ന ഞങ്ങൾ അവന്റെ ഭാര്യയെ ഉറ്റുനോക്കി. അതുവരെ ഞങ്ങൾ കണ്ട യാതൊരു പരിഭ്രമവും അവളുടെ മുഖത്തില്ലായിരുന്നു. അവൾ അവന്റെ കയ്യും കാലും നേരെയാക്കി ഋജുരേഖയിൽ കിടത്തി. അവന്റെ പോക്കറ്റിലേയ്ക്ക് അവൾ കൈ കടത്തി പേഴ്സ് എടുക്കുകയും അതിൽ നിന്നും കാശെടുത്തിട്ട് തൊട്ടടുത്ത പലചരക്ക് കടയിലേയ്ക്ക് നടക്കുകയും ചെയ്തു. അവൾ മുന്നൊരുക്കിയ സുരക്ഷാ വലയം ഭേദിക്കാനുള്ള ചങ്കൂറ്റമൊന്നും ഇല്ലാത്ത ഞങ്ങൾ അവിടെ സ്തബ്തനിരീക്ഷകരായി നിൽക്കുകയായിരുന്നു. അവൾ മടങ്ങി വന്നപ്പോൾ കൈയിൽ ഒരു പൊതിയുണ്ടായിരുന്നു, ചുറ്റുപാടുമുള്ള നിശബ്ദത അതിനെക്കാളേറെ അവളെ പൊതിയുന്നുണ്ടായിരുന്നു. അവളവന്റെ തലയുടെ അരികത്തായി ഇരുന്ന ശേഷം ആ പൊതി സാവധാനം അഴിച്ചു. അകക്കണ്ണുകളിലെ അന്ധതയ്ക്ക് വെളിച്ചമേകുന്ന ചില സാധനങ്ങൾ ഞങ്ങളുടെയെല്ലാം നെഞ്ച് പിളർത്തിക്കൊണ്ടു അവൾ പുറത്തെടുത്തു. രണ്ടു തേങ്ങാമുറികൾ, നെയ്ത്തിരി, നല്ലെണ്ണ, കർപ്പൂരം, ഒരു പടല പഴം, ഒരു കവർ സാമ്പ്രാണിത്തിരി ഇതൊക്കെയായിരുന്നു അവ. ആഘോഷങ്ങളുടെ ഭാഗമായി ആടിയുലഞ്ഞു തൊട്ടടുത്തായി നിൽക്കുന്ന മറ്റൊരു ആനന്ദലബ്ധിക്കാരന്റെ കൈയിൽ നിന്നും ലൈറ്റർ ചോദിച്ചു മേടിച്ച അവൾ, നല്ലെണ്ണ തേങ്ങാമുറികളിൽ പകർന്ന് നെയ്ത്തിരി അതിലിട്ടു കർപ്പൂരം വച്ച് കത്തിച്ച ശേഷം ലൈറ്റർ തിരികെ നല്കി. കാര്യം മനസിലാകാത്ത ആ ആനന്ദലബ്ധിക്കാരൻ ഒരു പരിചാരകനെപ്പോലെ അവളുടെ പുറകിൽ നിന്നു. നെയ്ത്തിരികളിൽ നിന്നും ഏറ്റെടുത്ത ഊർജ്ജം സാമ്പ്രാണിത്തിരികളെ പുകച്ചു തുടങ്ങിയപ്പോൾ ആ തിരികൾ അവൾ

പടലപ്പഴങ്ങളിൽ കുത്തിയിറക്കി. തിരിയിട്ട തേങ്ങകളും സാമ്പ്രാണിത്തിരികളും ആ കൂട്ടുകാരന്റെ തലയ്ക്കു ചുറ്റും ഭംഗിയായി ക്രമീകരിച്ചതിനു ശേഷം അവൾ അവന്റെ ഇടത് വശത്തായി ചേർന്നിരുന്നു. കൂട്ടുകാരായ ഞങ്ങളുടെ മാനസിക നില അമ്പേ തകിടം മറിച്ച സംഭവം ആയിരുന്നു അത്. ദർശന ദാരിദ്യത്താൽ വലയുന്ന വഴിയോര നാട്ടു വേതാളങ്ങൾ പുതു ദർശനത്തിനായി അവിടെ ഓടിക്കൂടി. നാട്ടിലെ ചാവാലിപ്പട്ടികൾ ചുറ്റിനടന്ന് ഓരിയിടാൻ തുടങ്ങി. രുധിര പാനകരായ കൊതുകുകൾ കത്തിച്ചു വച്ച തിരികൾ പുകമറ സൃഷ്ടിച്ച ആഘാതത്തിൽ ചുറ്റും കൂടിയവരുടെ തലയ്ക്ക് മുകളിൽ മൂളിപ്പറന്നു. അങ്ങനെ നാട്ടിലെ പുതു ദർശനം പൊതു ദർശനമായി മാറുകയായിരുന്നു. ആകെയൊരു ശ്മശാന അന്തരീക്ഷം. ധൈര്യം സംഭരിച്ച ഞാൻ മുന്നോട്ടാഞ്ഞു അവളുടെ അരികിൽ എത്തി.

"പെങ്ങളെ, ഇത് വളരെ മോശമായിപ്പോയി, ആൾക്കാർ ഇനിയും കൂടിയാൽ കാര്യങ്ങൾ നമ്മുടെ കൈ വിട്ടു പോകും" ഞാനവളുടെ ചെവിയിൽ പറഞ്ഞു. അതോടൊപ്പം അവന്റെ മുഖത്ത് കുറച്ചു വെള്ളം തളിക്കുകയും ചെയ്തു. അവളൂടെ രൂക്ഷ നോട്ടം എന്നെ നിശ്ശബ്ദനാക്കി. കുറെ നേരത്തെ കാത്തിരിപ്പിന് ശേഷം ഞങ്ങളുടെ കൂട്ടുകാരൻ പതിയെ കണ്ണുകൾ തുറക്കാൻ തുടങ്ങി.

ചുറ്റുപാടും ആൾക്കാരെ കണ്ട അവൻ ഭയചകിതനായി. തന്റെ തലയ്ക്കു ചുറ്റുമുള്ള തെളിച്ചത്തിന്റെയും മണത്തിന്റെയും തിരികൾ കണ്ട് അവൻ വാപൊളിച്ചു. അവൾ നിഷ്കരുണം എന്റെ നേരെ തിരിഞ്ഞു ഇപ്രകാരം പറഞ്ഞു, "ഏയ് ചേട്ടാ... നിങ്ങള് കേട്ടതല്ലേ എന്റെ ഭർത്താവ് സംരക്ഷണത്തെപ്പറ്റി പറഞ്ഞത്, ഇദ്ദേഹത്തിന്റേത് മാരണസംരക്ഷണമാണെന്ന്, അതെ ചേട്ടാ ഇതെനിക്ക് മരണസംരക്ഷണമാണ്. മരണസംരക്ഷണം..."

ആ സംഭവത്തിനു ശേഷം നാട്ടിലെ എന്നല്ല ജില്ലയിലെ തന്നെ മഹാ മിടുക്കനായി മാറിയ എന്റെ ആ കൂട്ടുകാരന്റെ പുതുക്കപ്പെട്ട മാനസിക സിദ്ധം, ദാമ്പത്യ ഭദ്രതയുടെ അളവുകോൽ സ്ത്രീത്വത്തിലെ അമാനുഷിക അസ്തിത്വം അജ്ഞാതമായിരിക്കും വരെ അവളുടെ കൈകളിൽ ഭദ്രമായിരിക്കും എന്ന് നമ്മെ പഠിപ്പിക്കുന്നു.

6

യുക്തിവികൃതി

സ്വതവേ അന്തർമുഖനായ ഞാൻ സുഹൃത് ബന്ധം പോലും നേരായ രീതിയിൽ പരിപാലിക്കാൻ പാടുപെടുന്ന സമയം...

ഒന്നിനെക്കുറിച്ചും വ്യക്തതയോ വ്യക്തമായ കാഴ്ചപ്പാടോ ഇല്ലാതിരുന്ന ആ സമയത്ത് പ്രാപഞ്ചിക നിമിത്തം പോലെ എന്നിലേയ്ക്ക് ഒരു കൂട്ടുകാരൻ വന്നു ചേർന്നു. മാനസികമായി ശരിക്കും അടുപ്പം തോന്നിയ ഒരാൾ. അവനുമായി ആശയവിനിമയം നടത്താനും സമയം സധൈര്യം ചെലവഴിക്കാനും ഞാൻ ഒരുപാട് ഉത്സാഹിച്ചിരുന്നു; കാരണം അവനും എന്നെപ്പോലെ അന്തർമുഖനായിരുന്നു!

ഞങ്ങൾ രണ്ടുപേരും ഏറെക്കുറെ തുല്യരായിരുന്നു; ആരോഗ്യത്തിൽ കൃശഗാത്രരും, ആൺ സൗന്ദര്യത്തിൽ ശുഷ്ക്കിച്ചവരും, മാനസികമായി മന്ദീഭവിച്ചവരും, അങ്ങനെ അങ്ങനെ പലതും.

പകൽനേരത്തെ മന്ദത, സായംകാലത്തെ ഭിന്നത, രാത്രികാലത്തെ അന്ധത എന്നിവ ഒരേ രീതിയിൽ അനുഭവിച്ചവർ, എല്ലാ ദിവസവും തുടക്കം നന്നാകാൻ വേണ്ടി കിടക്കപ്പായയിൽ നിന്നെഴുന്നേറ്റ് ഒരേ സമയം പ്രാർത്ഥിച്ചവർ, തുടർന്ന് മേൽപ്പറഞ്ഞ അവസ്ഥകളിലൂടെ കടന്നു പോയി അമ്പേ പരാജയപ്പെട്ടു അർദ്ധ രാത്രിയിൽ വീണ്ടും ഒന്നുമില്ലാത്തവരായി കിടക്കയിൽ വീണവർ.

ജീവിതത്തിന് പുതിയ ലക്ഷ്യങ്ങളും മാനദണ്ഡങ്ങളും ഉണ്ടാക്കാൻ വേണ്ടി പ്രവൃത്തികൾ അന്യം നിറുത്തി ഞങ്ങൾ ചർച്ചകൾ ചെയ്തു, എല്ലാ മേഖലയിലെയും അനായാസ ജോലികൾ തേടി; അതുകൊണ്ട് സമയം ഞങ്ങളെ സംബന്ധിച്ചിടത്തോളം ധാരാളിത്തമായിരുന്നു. ചുരുക്കത്തിൽ ആരുടെയും നോട്ടത്തിൽ രണ്ട് നിസ്സഹായകരായ വ്യക്തിത്വങ്ങൾ.

കായിക രംഗത്ത് അവൻ എന്നേക്കാൾ ഒരുപടി മുന്നിലായിരുന്നു. എതിരാളിക്ക് അനഭിമതനെന്നു തോന്നുന്ന കളിക്കാരൻ; എന്നാൽ എതിരാളി തളരുന്നിടത്തു നിന്നും ഊർജ്ജം കൈകൊണ്ടു പറന്നെഴുന്നേറ്റ് എതിരാളിയെ കീഴ്പ്പെടുത്തുന്നവൻ.

ജീവിതത്തിലെ മറ്റൊരു ഘട്ടം, അവനിൽ പ്രണയം മൊട്ടിട്ട കാലം. ജനിതക വിധിയാൽ മറ്റൊരു സമുദായത്തിൽ പിറന്ന പെൺകുട്ടിയായിരുന്നു അവന്റെ മനസ്സ് കവർന്നത്. സാമുദായിക പ്രശ്നങ്ങൾ, മതപര പ്രശ്നങ്ങൾ, നാട്ടു പ്രശ്നങ്ങൾ, സാമ്പത്തിക പ്രശ്നങ്ങൾ, കുടുംബ പ്രശ്നങ്ങൾ, കൽപ്പിത മാനസിക പ്രശ്നങ്ങൾ ഇതൊക്കെയായിരുന്നു അടുക്കാൻ ശ്രമിക്കുമ്പോഴൊക്കെ അവരുടെ ഇടയിൽ കൊടുമ്പിരിക്കൊണ്ടിരുന്നത്. സുഗന്ധദ്രവ്യങ്ങളുടെ വടക്കേ മല വിട്ട് അവനു വേണ്ടി ഇറങ്ങി വന്ന ആ മരതക മുത്തിനെ സ്വന്തമാക്കാൻ അവൻ കൈകൊണ്ടത് കാടിന്റെ തന്ത്രമായ പരസ്പരാശ്രിതത്ത്വത്തിന്റെ നിശ്ശബ്ദതയായിരുന്നു. ആ തന്ത്രത്തെ ചെറുക്കാൻ പോന്ന ധൈര്യം ഒന്നും നാട്ടുകാർക്കും വീട്ടുകാർക്കും ഇല്ലായിരുന്നു.

കല്യാണ ദിവസം വന്നെത്തി, കെട്ട് കഴിഞ്ഞു വൈകുന്നേരത്തെ സ്വീകരണ ചടങ്ങ് നടക്കുന്നു. വരനും വധുവും പന്തലിലിരുന്നു നാട്ടുകാരുടെ മുന്നിൽ തങ്ങളുടെ സ്വാതന്ത്ര്യം മധുരം വച്ച് ആഘോഷിക്കുന്നു. കൂട്ടുകാർ സ്നേഹോപഹാരങ്ങൾ നൽകുന്നു.

പല കൂട്ടുകാരും അന്നാണ് അവന്റെ പെണ്ണിനെ നേരിട്ട് കാണുന്നത്. അവരുടെയെല്ലാം മുഖത്ത് ഒരു പ്രത്യേകതരം ആശ്ചര്യം ഉടലെടുക്കുന്നുണ്ടായിരുന്നു. മാലാഖയെപ്പോലൊരു പെണ്ണ്! ആശ്ചര്യങ്ങൾക്കു മുന്തിയ പരിഗണന നൽകുന്ന ഒരു സുഹൃത്ത് അവന്റെ ചെവിയിൽ ഇപ്രകാരം ഓതി, "അല്ലേലും മച്ചാനെ നല്ല പഴങ്ങൾ എല്ലാം വവ്വാൽ ചപ്പിയാണ് താഴേക്ക് വീഴുന്നത്."

കാടിന്റെ തന്ത്രത്താൽ സർവ്വ പരാധീനതകളെയും മറികടന്ന അവന്റെ മുഖത്ത് അന്ന് വീണ ഭാവം പ്രണയത്തിന്റെ അന്ധതയ്ക്കും ബധിരതയ്ക്കും തിലകക്കുറിയായി ഇന്നും നിലനിൽക്കുന്നു...

7

മത്സരങ്ങൾ

തിരിച്ചറിവിൽ വളരെയധികം പിന്നിൽ നിൽക്കുന്ന കാലഘട്ടമാണ് കുട്ടിക്കാലം. ആ കാലയളവിൽ മുതിർന്നവർ കുട്ടികളിൽ സൗകര്യപൂർവ്വം അടിച്ചേല്പ്പിക്കുന്ന ഒരു ജീവിത വൈകൃതമാണ് പരസ്പര മത്സരം എന്നത്. എന്തിനും ഏതിനും മത്സരം. പഠിക്കുമ്പോൾ, കളിക്കുമ്പോൾ, കലകളിൽ ഏർപ്പെടുമ്പോൾ, എന്നുവേണ്ട നേർച്ചകളും പ്രാർത്ഥനകളും ചെയ്യുമ്പോൾപ്പോലും ഇത്തരം മത്സരങ്ങളിലൂടെ അവർ കടന്നു പോകുന്നു.

എന്റെ കുട്ടിക്കാലത്ത് മത്സരത്തിന് ഇല്ലാത്തവൻ 'പേട്' അഥവാ 'പോഴൻ' എന്ന വാക്കിലായിരുന്നു അറിയപ്പെട്ടിരുന്നത്. എന്നാൽ അന്ന് മത്സരിക്കാൻ തയ്യാറാകാത്ത പലരും ഇന്ന് ജീവിതത്തിൽ മത്സരങ്ങളെ നിയന്ത്രിക്കുന്നവരായി മാറിയിരിക്കുന്നു. ഇതിനർത്ഥം മത്സരിച്ചു വളർന്നവർ മോശമാണ് എന്നതല്ല, അവരും വിജയികൾ തന്നെ, പക്ഷേ അവരെല്ലാം ജയിക്കുന്നത് അപരന്മാരെയാണ്, മറ്റുള്ളവരോട് മത്സരിക്കാത്തവർ ജയിക്കുന്നതോ അവരവരുടെ കുലീനതകളെയും...

ഉദാഹരണത്തിന്, ഒരു കലയെ വളരെ ആസ്വദിച്ചു ചെയ്യുന്നവനേയും അതേ കലയെ മത്സരത്തിനായി ചെയ്യുന്നവനേയും നിരീക്ഷിച്ചാൽ രണ്ടിന്റേയും ആസ്വാദന തലങ്ങളിൽ വ്യത്യാസമുള്ളതായി മനസ്സിലാക്കാൻ സാധിക്കും. മത്സരം എപ്പോഴും പിരിമുറുക്കത്തിൽ ഊന്നിയതായിരിക്കും; നേരെ മറിച്ച് ആസ്വാദനത്താൽ ചെയ്യുന്ന പ്രവർത്തികളുടെ സൗന്ദര്യം ആയാസ രഹിതമായ പുതു പിറവികളും...

ഒന്നാമനാകാൻ വേണ്ടി അടിച്ചേല്പിക്കപ്പെട്ട മത്സരങ്ങൾ എന്റെ സ്കൂൾ പഠന കാലത്തും ഉണ്ടായിരുന്നു. സ്വന്തമായി അഭ്യസിച്ചെടുക്കുന്ന കള്ളത്തരങ്ങളിലേയ്ക്ക് കുട്ടികളെ തള്ളി വിടുന്നത് ഇത്തരത്തിൽ അടിച്ചേല്പിക്കപ്പെട്ട മത്സരങ്ങളാണ്. പഠിച്ചാലും അറിയില്ലെന്ന് നടിക്കുക, അറിയാവുന്നത് മറ്റുള്ളവർ ചോദിച്ചാൽ പറഞ്ഞു കൊടുക്കാതിരിക്കുക, ഒളിച്ചിരുന്ന് പഠിക്കുക, മറ്റുള്ളവർ പഠിക്കാതിരിക്കാനായി പാഠങ്ങൾ എഴുതിയ ബുക്കുകൾ എടുത്തുകൊണ്ട് പോകുക, തലേ ദിവസം ട്യൂഷന് പോയി പാഠങ്ങൾ പഠിച്ചിട്ട് പിറ്റേ ദിവസം സ്കൂളിലെത്തി അധ്യാപകർ പഠിപ്പിക്കുന്ന വേഗതയ്ക്ക് ആക്കം കൂട്ടി മറ്റുള്ളവരെ ഇരുട്ടിലാക്കുക, പരീക്ഷയിൽ ഉന്നത നിലയിൽ ജയിക്കാനായി തുണ്ടെഴുതുക തുടങ്ങിയവയ്ക്കുള്ള പഠിപ്പായി മാറുന്നു മത്സരങ്ങൾ. അവരവരുടെ കുലീനതകൾക്ക് ഇടർച്ച വരുത്തി അതിന് അടിമകളായ ശേഷം മത്സരങ്ങളിൽ ജയിക്കാനായി നെട്ടോട്ടമോടുന്നവർ.

ഇത്തരത്തിൽ എനിക്കുണ്ടായ ഒരു അനുഭവം ഇവിടെ കോറിയിടുന്നു.

കലാമത്സരത്തിനായി എന്നെയും എന്റെ മാതാപിതാക്കൾ വളരെയധികം പ്രോത്സാഹിപ്പിച്ചു. അസ്ഥാനത്തിലുള്ള പ്രോത്സാഹനം

ആ കലാപഠനത്തെ പിരിമുറുക്കത്തിന്റെ ചതുപ്പുകളിലേയ്ക്ക് എന്നെ തള്ളിവിടുകയായിരുന്നു. സ്വയം ആസ്വദിക്കാൻ കഴിയാതെ നിർബന്ധത്തിന് വഴങ്ങിയ പഠനം. കർണ്ണാടക സംഗീതത്തിലൂന്നിയ വയലിൻ പഠനം. വീട്ടിൽ നിന്നും കുറച്ചു ദൂരത്തായിരുന്നു ക്ലാസുകൾ നടന്നിരുന്നത്. ക്ലാസ് കഴിഞ്ഞ ശേഷം ക്രിക്കറ്റ് കളിക്കാൻ അവസരം കിട്ടുമായിരുന്നു. അതായിരുന്നു വയലിൻ പഠനം നിരസിക്കാതിരുന്നതിനുള്ള കാരണം. നല്ലൊരു ഗുരുനാഥനെ കിട്ടിയതിനാലും അക്കാലത്ത് കൂടുതൽ കുട്ടികൾ മത്സരങ്ങൾക്ക് ഇല്ലാത്തതിനാലും ഞാൻ ജില്ലാതല കലോത്സവം വരെ മത്സരിച്ചെത്തി. ജില്ലാതലത മത്സരത്തിന്റെ തലേദിവസം സംഗീതാദ്ധ്യാപകൻ എന്റെ വാദ്യോപകരണത്തെ പൂജ ചെയ്ത് ശ്രുതി ചേർത്ത് അത് സൂക്ഷിക്കുന്ന പെട്ടിയിൽ ഭക്തിയോടെ വച്ച് താഴിട്ട് പൂട്ടി. താക്കോൽ എന്നെ ഏല്പിച്ചിട്ടു അദ്ദേഹം പറഞ്ഞു, "സ്റ്റേജിൽ വച്ച് മാത്രമേ പെട്ടി തുറന്ന് പൂജിച്ച തന്ത്രികളെ തൊടാവൂ, നിന്റെ വിരലുകളാൽ വിരിയുന്ന പുതു പിറവികളെ ആസ്വദിക്കണം. ഭഗവാൻ കരുതട്ടെ" അടുത്ത ദിവസം വയലിനും തൂക്കി സന്തോഷത്തോടെ ഞാൻ മത്സര സ്ഥലത്തേയ്ക്ക് യാത്രയായി. മത്സരം പ്രതീക്ഷിച്ചതിലും ഒരുപാട് വൈകി. അവിടെയുള്ള പരിസരങ്ങളിലെല്ലാം ചുറ്റിത്തിരിഞ്ഞ ഞാൻ മൈതാനത്തിന്റെ വശത്തായുള്ളൊരു കെട്ടിടത്തിന്റെ മുന്നിലെത്തി.

കുറേപ്പേർ അവിടെ വിശ്രമിക്കുന്നു. വിരലിൽ എണ്ണാവുന്നതും കൂടെ മത്സരിക്കാനുള്ളവർ എന്ന തോന്നലുളവാക്കുന്നതുമായ കുറച്ചു പേർ അങ്ങിങ്ങായി മാറി നിന്ന് സാധകം ചെയ്യുന്നു. സാധകം ചെയ്യുന്നവരെ ഇടങ്കണ്ണിട്ടു നോക്കുന്ന സുന്ദരിമാരായ പെൺകുട്ടികൾ. ഇതായിരുന്നു ആ അന്തരീക്ഷം.

കോൺവെൻറ് സ്കൂളിന്റെ യൂണിഫോമിൽ നിന്നും മുക്തരായ പെൺകുട്ടികൾ വേറിട്ട വസ്ത്രങ്ങൾ കൊണ്ട് ഉടലുകൾക്ക് ആടകൾ തീർത്തതിനാൽ അവരിൽ വെളിവായ സൗന്ദര്യം അവർണ്ണനീയമായിരുന്നു. കൗമാര സുഗന്ധം ചുറ്റുപാടുകളിൽ നിന്നും എന്നിലേയ്ക്ക് അലയടിച്ചപ്പോൾ അവരുടെയിടയിൽ ഗമ കാണിക്കുന്നതിനും ശ്രദ്ധ ആകർഷിക്കുന്നതിനും വേണ്ടി ഞാൻ എന്റെ പൂജിത ഉപകരണം സ്വയം മറന്ന് പുറത്തേയ്ക്കെടുത്തു. കുതിര വാലിന്റെ മുടികളാൽ തീർത്ത ബോ തോഡി രാഗത്തിൽ തന്ത്രികളെ

തലോടിയപ്പോൾ പലരുടേയും ശ്രദ്ധ എന്നിലേയ്ക്കായി. കൂട്ടത്തിൽ നിന്നും കാർവർണ്ണ തെളിവുള്ള ഒരു മാൻപേട മിഴിയഴകി തന്റെ ഇടതൂർന്ന കേശ ഭാരം ഇടത് കയ്യാൽ ഒതുക്കി കൗമാര ത്വരയാലുള്ള അമ്പുകൾ എയ്തു കൊണ്ട് എന്റെ അടുത്തേയ്ക്കു മന്ദം മന്ദം നടന്നു വന്നു;

"കഴിഞ്ഞ വർഷത്തിലെ മത്സരത്തിൽ ഞാൻ ചേട്ടനെ ശ്രദ്ധിച്ചായിരുന്നു, കൂടെ മത്സരിച്ചവൻ എന്റെ സ്കൂളിലായിരുന്നു; അവൻ ജയിക്കുന്നത് എനിക്കോ എന്റെ കൂട്ടുകാർക്കോ ഇഷ്ടമില്ലായിരുന്നു; ഞങ്ങളെല്ലാം ചേട്ടന് വേണ്ടി പ്രാർത്ഥിക്കയായിരുന്നു; ചേട്ടന്റെ ഗംഭീര പ്രകടനം മുൾമുനയിൽ നിന്നാണ് ഞങ്ങൾ കണ്ടത്"

ഒരുവൻ തോൽക്കുവാൻ വേണ്ടി അപരന് വേണ്ടിയുള്ള മത്സര പ്രാർത്ഥനകൾ. അന്ന് തിരിച്ചറിവ് ഇല്ലല്ലോ.

കൗമാരത്തെ കോരിത്തരിപ്പിക്കുന്ന അവളുടെ വാക്കുകളിൽ തെന്നിയ ഞാൻ സംസാരം തുടർന്ന് കൊണ്ട് പോകാൻ വേണ്ടി സാധകം പെട്ടെന്ന് അവസാനിപ്പിച്ചിട്ട് വയലിൻ തിരികെ പെട്ടിയിൽ വച്ചു. ഒരുപാട് നേരം ഞങ്ങൾ സംസാരിച്ചു, പള്ളിക്കൂടത്തെപ്പറ്റി, വീടിനെപ്പറ്റി, കൂട്ടുകാരെപ്പറ്റി അങ്ങനെ പലതും.

തെന്നലിലൂടെ തെറ്റിവന്നൊരു തെന്നൽ അവളുടെ തലമുടിയിഴകളെ എന്റെ ശരീരത്തിലൂടെ തഴുകിയപ്പോൾ ഞരമ്പുകൾ മുറുകി തോഡി രാഗത്തിൽ ഞാൻ വിറകൊള്ളുകയായിരുന്നു. മത്സരത്തെപ്പറ്റി ഞാൻ അപ്പാടെ മറന്നു...

ഏകദേശം രാത്രിയോടടുത്ത സമയം കോളാമ്പി സ്പീക്കറിലൂടെ മത്സരത്തിനായി എന്റെ ചെസ്റ്റ് നമ്പർ വിളിച്ചപ്പോഴാണ് പരിസരബോധം തിരികെ വന്നത്. "ചേട്ടാ ഓൾ ദി വെരി ബെസ്റ്റ്." അവളുടെ വാക്കുകളിൽ നിന്നും പതഞ്ഞു പൊങ്ങിയ ഊർജ്ജത്തിൽ ആറാടി ഞാൻ സ്റ്റേജിൽ കയറി, വയലിനെടുത്ത്, ശ്രുതി നോക്കി, താളം പിടിച്ചു പന്തുവരാളി രാഗത്തിൽ കീർത്തനം വായിച്ചു തുടങ്ങി. എന്തോ പന്തികേട് പന്തുവരാളിയിൽ... വിചാരിച്ച പോലെ ബോ നീങ്ങുന്നില്ല. അപശ്രുതികൾ ഇടയ്ക്ക് കയറുന്നു, മുന്നിലുണ്ടായിരുന്ന നീലമിഴിയഴകിയെ കാണുന്നില്ല, ജഡ്ജസ് പരസ്പരം നോക്കുന്നു. ശരീരം വിയർക്കാൻ തുടങ്ങി, വിരലുകൾ തെന്നി, വായന

മുഴുവിക്കാനാകാതെ ഞാൻ പിന്മാറി. പുറത്തിറങ്ങി ബോ പരിശോധിച്ചപ്പോഴാണ് കാര്യം മനസിലായത്, അതിൽ ആരോ എണ്ണ തേയ്ച്ചിരിക്കുന്നു, മത്സരത്തിനുണ്ടായിരുന്ന മറ്റൊരു ചെറുക്കനുമായി നീലമിഴിയഴകി കെട്ടിപ്പിടിച്ചു സന്തോഷം പങ്കു വയ്ക്കുന്നു, എന്റെ കണ്ണുകളിലൂടെ ഇരുട്ട് കയറി.

സംഗീതാദ്ധ്യാപകന്റെ വാക്കുകളുടെ അർത്ഥം അപ്പോഴാണ് എനിക്ക് മനസ്സിലായത്. കുലീനതകൾക്ക് ഇടർച്ച വരുത്തി അതിന് അടിമകളായ ശേഷം മത്സരങ്ങളിൽ ജയിക്കാനായി നെട്ടോട്ടമോടുന്നവർ....

മത്സരിച്ചു വളർന്നവർക്ക് മറ്റുള്ളവരെ ഒട്ടും വിശ്വാസം കാണുകയുമില്ല. ഏതു ചെറിയ കാര്യമായാലും അത് തന്നെത്താൻ ചെയ്താലേ അവർക്ക് തൃപ്തി വരികയുള്ളൂ. കണ്ടിട്ടില്ലേ കാറിന്റെ സഞ്ചാര സീറ്റിൽ ഇരുന്ന് ബ്രേക്ക് ചവിട്ടുന്നവർ; എന്റെ മാമന്റെ കൂടെ കാറിൽ യാത്ര ചെയ്യാൻ എനിക്ക് വളരെ ആശങ്കയാണ്. വണ്ടി ഓടിക്കുന്നത് ഞാനാണെങ്കിലും നിയന്ത്രണം മാമൻ ആയിരിക്കും."മക്കളെ അവിടെ ചവിട്ട്, കേറിപ്പോ, ഹോൺ അടിയ്ക്ക്, അവൻ അവൻ കേറുന്നു കേട്ടോ." സ്വൈര്യം തരാതെയുള്ള മത്സര നിർദ്ദേശങ്ങൾ.

അപരന്മാരെ ജയിക്കാതെ തന്നിലുള്ള കുലീനതകളെ ജയിക്കുന്നവരാണ് യഥാർത്ഥ ആസ്വാദകർ എന്ന് പലപ്പോഴും തോന്നിപ്പോകാൻ കാരണങ്ങൾ ഇതൊക്കെയാകാം.

ഞാൻ ബിരുദാനന്തര ബിരുദത്തിനു പഠിക്കുന്ന സമയത്ത് നടന്നൊരു സംഭവം ഓർമ്മയിൽ തെളിയുന്നത് ഇവിടെ ചേർക്കുന്നു. തറവാട് എന്ന് വിളിപ്പേരുള്ള നിരയും അറയും ഓടും ഉള്ള ഒരു പഴയ വീട്ടിലായിരുന്നു കൂട്ടുകാരായ ഞങ്ങളുടെ താമസം. പൊതുവെ തല്ലുകൊള്ളികളായ ഞങ്ങളുടെ സ്വഭാവത്തെയും യൗവന ആസക്ത്തികളെയും വെല്ലുന്ന തരത്തിലുള്ള പ്രതിച്ഛായ തന്നെയായിരുന്നു തറവാടിനും.

വാതിലുകൾ അടയ്ക്കാത്ത, ആർക്കും എപ്പോൾ വേണമെങ്കിലും പ്രവേശിക്കാവുന്ന, യാതൊരു അടുക്കും ചിട്ടയും ഇല്ലാത്ത, കാശ് കൊടുക്കാതെ പറിച്ചെടുക്കുന്ന സാധനങ്ങൾ ആഹാരമായി വേവുന്ന, ഇരുട്ടിക്കഴിഞ്ഞാൽ ആരെയും ഭ്രമിപ്പിക്കുന്ന, രാത്രിയായാൽ

ഉന്മാദമാകുന്ന, മഴ പെയ്താൽ വിഷാദങ്ങൾ ചോരുന്ന, ആഗ്രഹങ്ങളെ ചുവരിന്മേൽ പ്രതിഷ്ഠിക്കുന്ന, ഒറ്റയ്ക്കാണേൽ ഭയത്താൽ ദൈവത്തെ വിളിക്കുന്ന മനോഹരമായ ഒരു ഇടം, അതായിരുന്നു ഞങ്ങൾക്ക് തറവാട്.

ടൗണിന് വളരെ അടുത്തായി എന്നാൽ ടൗണിന്റെ യാതൊരു തിരക്കുകളും എത്തിനോക്കാത്ത, റോഡരികിൽ നിന്നും വളരെ താഴ്ന്ന നിരപ്പിൽ സ്ഥിതി ചെയ്തിരുന്ന റബ്ബർ തോട്ടത്തിന്റെ ഒത്ത നടുക്കായിരുന്നു ആ വീട്. ആട്ടവും പാട്ടും പഠിപ്പുമായി അവിടെ കഴിഞ്ഞുകൊണ്ടിരുന്നപ്പോൾ ഞങ്ങൾക്ക് ഒരു അതിഥി വന്നെത്തി. ഞങ്ങളുടെ സീനിയർ ആയ സുബ്രനാഥ്. ഇത്രത്തോളം എളിമയും വിനയവും ഉള്ള മറ്റൊരു സീനിയറെ ഞങ്ങൾ കണ്ടിട്ടില്ല. മറ്റുള്ള സീനിയേഴ്സ് ഞങ്ങളിൽ മത്സര തിടമ്പുകളെ ഉയർത്തി പല രീതികളിൽ ഞങ്ങളുടെ കഴിവുകളെ റാങ്കിങ്ങ് അടിസ്ഥാനത്തിൽ (ജീവിതത്തിൽ ഗുണകരമായി മാറിയ കാര്യങ്ങളെയോർത്ത് റാഗിങ്ങിനെ റാങ്കിങ്ങിന്റെ കൈകളിൽ ഏല്പിക്കുന്നു) പുറത്തെടുക്കാൻ ശ്രമിക്കുമ്പോഴൊക്കെയും സുബ്രനാഥ് അതിലൊന്നും ഇടപെടാതെ മത്സരബുദ്ധിയില്ലാതെ ആസ്വദിച്ചു, പ്രകടനം ചെയ്യുന്നവരുമായി ചങ്ങാത്തം കൂടാൻ ശ്രമിക്കുകയായിരുന്നു. ഓരോരോ ദിവസത്തെയും റാങ്കിങ്ങ് കഴിയുമ്പോൾ സുബ്രനാഥിന്റെ വക ഒരു പാട്ട് ഉണ്ടായിരിക്കും. അയാൾ ആലാപനത്തിന്റെ ജീവനായി മാറുമ്പോൾ റാങ്കിങ്ങിലെ എല്ലാ ഉയർച്ച താഴ്ച്ചകളും പിരിമുറുക്കങ്ങളും സമരസപ്പെടുമായിരുന്നു. അത്രത്തോളം ആസ്വാദന സ്വാതന്ത്ര്യം അയാളുടെ പാട്ടുകൾക്കുണ്ടായിരുന്നു. ഒരു ദിവസം അയാളുടെ വീട്ടിലേയ്ക്ക് ഞങ്ങൾക്ക് ക്ഷണം ലഭിച്ചു...

മത്സരബുദ്ധിയിൽ അഗ്രഗണ്യരായവരാണ് സാധാരണ ഗതിയിൽ കൂട്ടുകാരെ വീട്ടിലോട്ട് ക്ഷണിക്കുന്നതെങ്കിൽ ആദ്യം പറയുക വീട്ടിലെ പരിമിതികൾക്ക് പുറകിലുള്ള കാരണങ്ങളെപ്പറ്റിയായിരിക്കും. "ഈ മുറിയിൽ ടോയലറ്റ് വയ്ക്കാത്തത് ആദ്യം ഇത് പൂജാമുറിയാക്കാനായിരുന്നു നോക്കിയത്, പിന്നീടാണ് വേണ്ടാന്ന് വച്ചത്, അത് കൊണ്ടാട്ടോ." അങ്ങനെ പോകും കാരണങ്ങൾ.

ക്ഷണപ്രകാരം ഞങ്ങൾ സുബ്രനാഥിന്റെ വീട്ടിലേയ്ക്ക് യാത്രയായി, നേരം ഇരുട്ടിയ സമയം, സുബ്രനാഥിന്റെ അമ്മാവൻ ഞങ്ങളെയും

കാത്ത് ബസ് സ്റ്റോപ്പിൽ നിൽപ്പുണ്ടായിരുന്നു, ഞങ്ങളെ കണ്ടതും അയാൾ കയ്യിൽ കരുതിയിരുന്ന ചൂട്ട് കത്തിച്ചു, അതും വീശി മുന്നിൽ നടന്നു, പാടത്തിന്റെ മധ്യത്തിലൂടെ ഏറെ നേരം. നടന്ന് അവശരായ ഞങ്ങൾ ഓല മേഞ്ഞ ഒരു വീടിന് മുന്നിലെത്തി. അമ്മാവൻ പരിചയപ്പെടുത്തി, "സുബ്രനാഥിന്റെ വീട്." ഞങ്ങൾ എത്തിയ സമയത്തായിരുന്നു അവനും പാടത്തിലെ ജോലി കഴിഞ്ഞു എത്തിയത്. ചേറ് നെറ്റിയിൽ അഭിഷേകമായി പുരണ്ട അവന്റെ മുഖത്ത് ഞങ്ങളെ കണ്ടപ്പോൾ തെളിഞ്ഞ കളങ്കമില്ലാത്ത സന്തോഷം മറ്റൊരു അഭിഷേകത്തിലും ഇത് വരെ എനിക്ക് കാണാൻ കഴിഞ്ഞിട്ടില്ല. കുറച്ചു നേരത്തെ സംസാരത്തിനു ശേഷം തൊട്ടടുത്ത കുളത്തിൽ നിന്നും നിലാവിന്റെ ചേല ചുറ്റി ഞങ്ങൾ കുളിച്ചു. കുളിച്ചു വന്ന ഞങ്ങൾക്ക് ചാണകം മെഴുകിയ തറയിൽ വിരിച്ച ചേമ്പിലയിൽ ഒരുപിടി പച്ചരി ചോറും അയാൾ പാടത്തിൽ നിന്ന് കൊണ്ട് വന്ന കൂർക്ക തോരനാക്കിയതും അവന്റെ അമ്മ വിളമ്പി. ചോറും കൂർക്ക തോരനും കുഴച്ചു ഒരു ഉരുള നാവിൽ വച്ചപ്പോൾ രുചികളുടെ സമൃദ്ധിയിൽ പൊരുത്തപ്പെട്ടിരുന്നതും അതോടൊപ്പം വീമ്പിന്റെ അമ്മവലകളിൽ കുടുങ്ങിക്കിടന്നിരുന്നതുമായ രുചികളുടെ അനുഭവങ്ങൾ ഞങ്ങളിൽ നിന്നും അപ്പാടെ അടർന്ന് മാറി. ഇന്നും കണ്ണടച്ചാൽ ഓർത്തെടുക്കാൻ പറ്റുന്ന രുചി. മണ്ണിനെ രുചിച്ചവരിൽ മണ്ണ് ചൊരിയുന്ന രസമുകുളങ്ങളുടെ കൂട്ടാണ് കൈപ്പുണ്യം.

സുബ്രനാഥ് ഞങ്ങൾ താമസിക്കുന്ന തറവാട്ടിൽ എത്തിയത് പരീക്ഷയ്ക്ക് അവിടെ നിന്നും പഠിക്കാനായിരുന്നു. അയാളുടെ പഠിത്തത്തിനായി ഞങ്ങൾ വടക്കേ അറ്റത്തുള്ള മുറി ഒഴിഞ്ഞു കൊടുത്തു. ആട്ടവും പാട്ടും മധുമയ ചുവടുകളുമായി ഞങ്ങൾ മറ്റ് മുറികളിൽ ചേക്കേറി. അയാളുടെ പരീക്ഷാ ദിവസം വന്നെത്തി. ആ ദിവസം അതിരാവിലെ മൂന്ന് മണിക്ക് മൂത്രശങ്കയാൽ ഉണർന്ന ഞാൻ മൂത്രമൊഴിക്കാനായി വെളിയിലേയ്ക്ക് പോയി. വരാന്തയിൽ സുബ്രനാഥിരുന്ന് പഠിക്കുന്നു. മൂത്രമൊഴിച്ച ശേഷം അയാളുടെ അടുത്തേയ്ക്ക് പോയി 'ചേട്ടാ കട്ടൻ ഇട്ട് എടുക്കട്ടേ' എന്ന് ചോദിച്ചപ്പോഴാണ് ഞാനൊരു കാര്യം ശ്രദ്ധിച്ചത്; അയാൾ വായിക്കുന്ന ബുക്ക് അന്നത്തെ പരീക്ഷയ്ക്ക് ഉള്ളതല്ല! ഞാൻ അടുക്കളയിലേയ്ക്ക് ഓടിപ്പോയി അവിടെ ഒട്ടിച്ചിരുന്ന ടൈംടേബിൾ നോക്കി. കണ്ടത് സത്യം

തന്നെയാണ് എന്ന് ഉറപ്പു വരുത്തിയ ശേഷം വരാന്തയിലേയ്ക്ക് ചെന്നു.

"ചേട്ടാ, ചേട്ടൻ റെഫർ ചെയ്യുന്ന എപ്പിഡെമിയോളജി എന്ന വിഷയം ഇന്നത്തെ ദിവസത്തേയ്ക്കുള്ളതല്ല. ഇന്നത്തെ പരീക്ഷ 'ഓപ്പറേഷൻസ് റിസർച്ച്' ആണ്."

വായിച്ചുകൊണ്ടിരുന്ന ബുക്കിൽ നിന്നും തെന്നിയ അയാളുടെ നോട്ടം എന്റെ കണ്ണുകളിലേയ്ക്ക് പതിച്ചു. അയാൾ ഹാൾ ടിക്കറ്റ് നോക്കി അതിശയപ്പെട്ടു.

"ടാ, നീ പറഞ്ഞത് സത്യമാണല്ലോ; ന്താ ചെയ്ക... എന്തായാലും താങ്ക്സ്"

അയാൾ എന്നോട് സംസാരിക്കുമ്പോൾ വക്രബുദ്ധിക്കാരനായ എന്റെ കണ്ണുകൾ അയാളുടെ പരവേശവും ആകുലതകളും തിടുക്കവും ഒപ്പിയെടുക്കാൻ ചിമ്മുകയായിരുന്നു. കുറച്ചു സമയത്തെ നിശബ്ദതയ്ക്കു ശേഷം അയാൾ കണ്ണുകൾ അടച്ചു കസേരയിലേയ്ക്ക് ചാഞ്ഞു; ശേഷം കണ്ണുകൾ തുറക്കാതെ "നീ ഉറക്കം കളയേണ്ട, പോയി കിടന്നോ" എന്ന് പറഞ്ഞു. സീനിയറിനെ തിരുത്തിയ സന്തോഷത്തിലും ഗമയിലും ഞാൻ എന്റെ കിടക്കയിലേയ്ക്ക് കമിഴ്ന്ന് വീണു. രാവിലെ ഏഴു മണിയായപ്പോൾ വക്രബുദ്ധിയാൽ ചാടി എഴുന്നേറ്റ് ഒരു കട്ടൻ ചായയുമിട്ട് ഞാൻ വേഗത്തിൽ വരാന്തയിലേയ്ക്ക് പോയി. സുബ്രഹ്മനാഥ് വായന തുടരുന്നു. പരിഭ്രമത്താലും മത്സര വേഗത്താലും അയാൾ വായനയിൽ കുതറുന്നത് കാണാൻ ഞാൻ അടുത്തെത്തി. എന്നാൽ അയാൾ വളരെ ശാന്തനായി പരിസരമെല്ലാം മറന്ന് നേരത്തെ വായിച്ചു കൊണ്ടിരുന്ന അതേ ബുക്ക് തന്നെ വായിച്ചു കൊണ്ടിരിക്കുന്നു. എന്റെ ഹൃദയമിടിപ്പ് കൂടി, നാവ് വരണ്ടു, കണ്ണുകൾ ഇമ വെട്ടാതെ അന്ധാളിച്ചു, കൈ പാളിയപ്പോൾ കട്ടൻ ചായ മേശപ്പുറത്ത് തുളുമ്പി. ചിതറിയ ഒരു തുള്ളി അയാളുടെ കൈകളിൽ പതിച്ചു, വായനയിൽ നിന്നും ഉണർന്ന അയാൾ എന്നെ നോക്കി. എന്റെ സംശയങ്ങൾ ഗദ്ഗദമായി പുറത്തേയ്ക്ക് വന്നു.

"എന്റെ ചേട്ടാ ഞാൻ പറഞ്ഞതല്ലേ ഇന്നത്തെ പരീക്ഷ ഇതല്ലായെന്ന്, നിങ്ങൾക്ക് എന്തേലും പ്രശ്നം ഉണ്ടോ? പരീക്ഷയിൽ ജയിക്കേണ്ടേ? പാടത്ത് കൂർക്കയും നട്ട് നടന്നാൽ മതിയോ?"

"ടാ, നിന്റെ ആധി എനിക്ക് മനസിലാകും; തെറ്റായ വിഷയത്തിലൂടെ ഞാൻ സഞ്ചരിച്ചപ്പോൾ നീയാണ് എന്നെ ശരിയായി വഴി കാട്ടിയത്. നീ കാട്ടിയ വഴി ശരിയാണെങ്കിലും ഞാൻ സഞ്ചരിച്ച വിഷയമാണ് ഇപ്പോൾ ശരിയായി എന്നെ വഴി കാട്ടുന്നത്. ഞാൻ എന്റെ ഐശ്ചിക വിഷയം കണ്ടെത്തിയിരിക്കുന്നെടാ; ആ വിഷയത്തോടുള്ള താല്പര്യം അതിലേയ്ക്ക് ആഴത്തിലിറങ്ങാൻ എന്നെ വല്ലാതെ പ്രേരിപ്പിക്കുന്നു. ആ ബുക്ക് താഴെ വയ്ക്കാനേ തോന്നിയില്ല; പിന്നെ പരീക്ഷ, അത് മത്സരിക്കുന്നവർക്കല്ലേ? അത് അതിന്റെ വഴിയ്ക്ക് നടക്കട്ടെ" ഇതായിരുന്നു അയാളുടെ മറുപടി.

എന്റെ ബുദ്ധിയ്ക്കു നിരക്കാത്ത വാക്കുകൾ അയാളിൽ നിന്നും വന്നപ്പോൾ എനിക്ക് അയാളോട് പുച്ഛം തോന്നി.

കാലങ്ങൾ കഴിഞ്ഞു; ആഴത്തിലേയ്ക്ക് വലയെറിഞ്ഞവന്റെ വിരുത് കാലം തെളിയിച്ചു. അപരന്മാരോട് മത്സരിക്കാതെ തന്റെ കുലീനതകളെ ആയാസ രഹിതമായി ജയിച്ച അദ്ദേഹം ഇന്ന് കേന്ദ്ര ഗവൺമെന്റിന്റെ ആരോഗ്യ മേഖലയിൽ എപിഡെമിയോളജിസ്റ്റ് ആയി ജോലി ചെയ്യുന്നു. അപരന്മാരെ ജയിക്കാതെ തന്നിലുള്ള കുലീനതകളെ ജയിക്കുന്നവരാണ് യഥാർത്ഥ ജീവിത ആസ്വാദകർ. പരീക്ഷകളിൽ മത്സരിച്ച ഞാൻ മറ്റുള്ളവരുടെ വിജയഗാഥകൾ ഇതാ ഇങ്ങനെ കുത്തിക്കുറിച്ചു കൊണ്ടേയിരിക്കുന്നു...

8

ശത്രുക്കൾ

"ഉണ്ണുന്നോർക്കുണ്ണേണ്ടതുണ്ടാക്കി താനുമൊരൂണായി മാറുന്നു മാരി", തിരുക്കുറളിന്റെ മലയാള പരിഭാഷയിൽ മഴയെക്കുറിച്ചു പറഞ്ഞിരിക്കുന്ന വരികളാണിത്. ഉണ്ണുവാൻ ആവശ്യമായത് മണ്ണിൽ നിന്നും ജനിപ്പിക്കുന്നു മഴ, തന്നിലൂടെ ജനിപ്പിച്ചതിനെ മറ്റുള്ളവർ ഉണ്ണുമ്പോൾ അവരുടെ ദാഹമകറ്റാൻ ജലമായും അത് ഊണിനൊപ്പം ചേരുന്നു.

എല്ലാം ഒന്നിൽ നിന്നാണെന്ന വിചാരമില്ലാതെ, ആഗ്രഹങ്ങളുടെയും സാഹചര്യങ്ങളുടെയും അടിസ്ഥാനത്തിൽ ജീവിതത്തെ പല രീതികളിൽ വിഭജിക്കുന്ന സമൂഹത്തിലാണ് നാം ജീവിക്കുന്നത്. ജീവിതത്തെ ജയിക്കാനുള്ളതായി കാണുന്നവർ, ആത്മീയമായി കാണുന്നവർ, ആധിയോടെ കാണുന്നവർ, വളരെ ലളിതവും ലഘുവായും കാണുന്നവർ, മറ്റുള്ളവരുടെ തണലായി കാണുന്നവർ, ആഗ്രഹ സഫലീകരണത്തിനും സന്തോഷത്തിന്റെ ഒപ്പുകൾ ചാർത്താനുമായി കാണുന്നവർ ഇങ്ങനെ പോകുന്നു അത്തരം വ്യത്യസ്തതകൾ. ഇത്തരം വ്യത്യസ്തതകളിലെ നർമ്മരസം മനസ്സിലാക്കണമെങ്കിൽ കഴിഞ്ഞു പോയ ജീവിത നിമിഷങ്ങളെ തിരിഞ്ഞൊന്നു നോക്കിയാൽ മതിയാകും. ആഗ്രഹങ്ങളെക്കുറിച്ചും സാഹചര്യങ്ങളെക്കുറിച്ചും എന്റെ അഭിപ്രായ സ്വാതന്ത്ര്യം എന്നോട് പറയുന്നത് ഇപ്രകാരമാണ്; "മനുഷ്യാ, ആഗ്രഹങ്ങളും സാഹചര്യങ്ങളും ബദ്ധശത്രുക്കളാണ്" അതായത് ആഗ്രഹമുള്ളിടത്ത് സാഹചര്യം നിൽക്കില്ല, സാഹചര്യമുള്ളിടത്ത് ആഗ്രഹങ്ങളും... പഠിക്കാൻ ആഗ്രഹമുള്ളപ്പോൾ സാഹചര്യമില്ല, പഠന സാഹചര്യമുള്ളപ്പോൾ ആഗ്രഹമില്ല; വിശ്വാസിയുടെ മകൻ നിരീശ്വരവാദി, നിരീശ്വരവാദിയുടെ മകൻ അത്തരത്തിലുള്ള സാഹചര്യങ്ങൾക്കെതിരായ വിശ്വാസി, പ്രണയിക്കാൻ അനുവാദമുള്ളപ്പോൾ പ്രണയം അന്യം നിൽക്കും, സാഹചര്യമില്ലാത്തപ്പോൾ സൗന്ദര്യമില്ലായ്മയിലെ സൗന്ദര്യത്തെപ്പോലും പ്രണയിക്കും.

ആഗ്രഹം സാഹചര്യത്തെ ജയിച്ചാൽ ആഗ്രഹ പൂർത്തീകരണമെന്ന മാനുഷികതയും സാഹചര്യങ്ങൾ ആഗ്രഹത്തെ ജയിച്ചാൽ അത് ദൈവീകതയും എന്ന് ചിന്തിക്കാനാണ് എനിക്കിഷ്ടം. അറിയാം, തർക്കത്തിന് ഏറെ സാധ്യതയുള്ള വിഷയമാണിതെന്ന്.

ഒന്നാം സന്ദർഭം

ഏക മകനായ എന്നെ വൈദികനാക്കണം എന്നതായിരുന്നു മാതാപിതാക്കളുടെ ആഗ്രഹം. വൈദികൻ ആകാൻ വേണ്ടുന്ന സാഹചര്യങ്ങളെല്ലാം എന്റെ വീട്ടിലും ചുറ്റുപാടുകളിലും ഉണ്ടായിരുന്നു. ഇടതടവില്ലാതെയുള്ള ആരാധനകൾ, ഉപവാസ പ്രാർത്ഥനകൾ, ബന്ധുക്കളുടെ ആത്മീയത, വേദപാഠ ശിക്ഷണം, സഭയിലെ

സ്ഥാനമാനങ്ങൾ അങ്ങനെ പലതും. കഴിഞ്ഞു പോയ എന്റെ ജീവിതത്തിലെ നിമിഷങ്ങളെ ഇപ്പോൾ ഒന്ന് തിരിഞ്ഞു നോക്കിയാൽ എന്നിൽ ദൈവീകത വെളിപ്പെടുന്നു.

കാരണം ഞാൻ വൈദികൻ ആയില്ല എന്നത് തന്നെ.

മാതാപിതാക്കളിലൂടെ എന്നിലേയ്ക്കെത്തിയ ആഗ്രഹപ്രകാരം ഞാനിന്നൊരു വൈദികനായിരുന്നുവെങ്കിൽ! ഹോ... എന്റെ ഗുരുക്കന്മാർക്കോ, എന്നെ അറിയാവുന്നവർക്കോ, കൂടാതെ എനിക്കോ അങ്ങെനെ ചിന്തിക്കുവാനേ സാധിക്കുന്നില്ല. അന്ന്, ആഗ്രഹ പൂർത്തീകരണമെന്ന മാനുഷികത ജയിച്ചിരുന്നെങ്കിൽ എന്റെ ബലഹീനതകൾ കാരണം സഭയിലും കുടുംബത്തിലും ഞാൻ ശരിക്കും അനഭിമതനായേനെ. കാരണം എന്നിലെ എന്നെ ഞാൻ എല്ലാത്തരത്തിലും തിരിച്ചറിഞ്ഞിരിക്കുന്നു. ഉണ്ണുന്നോർക്കുണ്ണേണ്ടതുണ്ടാക്കാതെ അങ്ങനെ ഒരു ജീവിത യാത്ര.

രണ്ടാം സന്ദർഭം

കോളേജിൽ എന്റെ കൂടെ സംജിത് എന്നൊരുവൻ പഠിച്ചിരുന്നു. ജീവിതത്തെ വളരെ ലളിതമായും ലാഘവമായും കണ്ടിരുന്ന കൂട്ടുകാരൻ. യാതൊരുവിധ മാനസിക പിരിമുറുക്കവും ഇല്ലാത്തൊരു വ്യക്തി. അവനെ മനസ്സിലാകണമെങ്കിൽ ഈ ചെറിയൊരു ഉദാഹരണം മതിയാകും. 'നോസോകോമിയൽ' രോഗങ്ങളെക്കുറിച്ചു ഞങ്ങൾക്ക് പഠിക്കുവാനുണ്ടായിരുന്നു. ആശുപത്രിയിൽ കിടരോഗിയാകുമ്പോൾ ആശുപത്രി പരിസരങ്ങളിൽ നിന്നോ ചുറ്റുപാടുകളിൽ നിന്നോ പുതുതായി പിടിപെടുന്ന അസുഖങ്ങൾ ആണ് അതിന്റെ സാരാംശം. പരീക്ഷയ്ക്ക് ഈ ചോദ്യം ചോദിച്ചപ്പോൾ 'നേസൽ', അതായതു മൂക്കുമായി ബന്ധപ്പെട്ട അസുഖം എന്ന് ധരിച്ചു ജലദോഷത്തെപ്പറ്റി പതിനഞ്ചു പുറം ഉത്തരം എഴുതിയവനായിരുന്നു അവൻ. പരീക്ഷയ്ക്ക് ശേഷമുള്ള സൗഹൃദ സംഭാഷണത്തിൽ കൂട്ടത്തിൽ നന്നായി പഠിക്കുന്നവൻ തെറ്റ് ചൂണ്ടിക്കാട്ടിയപ്പോൾ ജലദോഷത്തിന്റെ തിരക്കഥയിൽ വേദനിച്ച വിരലിനെ ഐസ്ക്രീം വാങ്ങി തണുപ്പിച്ചു അവന്റെ വ്യക്തിത്വം. ജീവിതത്തിന്റെ ലാളിത്യത്തെപ്പറ്റിയും നൈമിഷികതയെപ്പറ്റിയും വ്യക്തമായ ബോധ്യം ഉണ്ടായിരുന്നതുകൊണ്ട് പഠിച്ച വിഷയവുമായി ബന്ധപ്പെട്ട് ആരോഗ്യ മേഖലയിൽ ജോലി ചെയ്യാനായിരുന്നു അവന്റെ ആഗ്രഹം; ആഗ്രഹം

അതാണെങ്കിൽ സാഹചര്യം അതായിരിക്കില്ലല്ലോ! അപ്പന്റെ കടുത്ത സ്വാധീനവും കൂടാതെ ഉപദേശത്തിൽ കവിഞ്ഞ നിർദ്ദേശവും അവനെ പോലീസിൽ ചേരുവാനുള്ള നിർബന്ധത്തിലേയ്ക്ക് എത്തിച്ചു. ഇന്നും പൊരുളഴിയാതെ അതിശയകരമായി നിലനില്ക്കുന്നു ആ വെറുപ്പിന്റെ പരീക്ഷ, കാരണം തോൽക്കാൻ നിരന്തരം ശ്രമിച്ച പരീക്ഷയിൽ അവൻ പരീക്ഷയാൽ വിജയിച്ചുവത്രേ! തോൽക്കാൻ പോന്ന പിന്നത്തെ കടമ്പ ശാരീരിക ക്ഷമതയിന്മേലുള്ള പരിശോധന ആയിരുന്നു. പെൻസിൽ പോലെയിരുന്ന സംജിത് നെഞ്ചളവ് എടുക്കാനായി നിശ്ചയിച്ച ദിവസം മൈതാനത്തിലെത്തി; നെഞ്ചളവില്ലാത്തതിനാൽ തോറ്റ് പുറത്തു പോകാം എന്ന സന്തോഷത്തിലും സമാധാനത്തിലും ആയിരുന്നു; എന്നാൽ അളവെടുക്കാൻ വന്ന ഉദ്യോഗസ്ഥൻ ടേപ്പ് അവന്റെ നെഞ്ചിന്മേൽ ചുറ്റി പൃഷ്ഠഭാഗത്തിന് തൊട്ട് മുകളിലായി ചേർത്ത് പിടിച്ചു "പാസ്സ്" എന്ന ഔദ്യോഗിക കുറിപ്പെഴുതി അവന് നല്കി. നെഞ്ചളവിന്റെ മുഴുപ്പിനായി കപട പ്രായോഗികതകൾ നിരത്തുന്ന എതിർലിംഗക്കാരുടെ തീർത്ഥത്തിൽ അവന്റെ കണ്ണുനീരും വ്യത്യസ്ഥതയോടെ ഇറ്റ് വീണു. മറ്റ് മാർഗ്ഗങ്ങൾ തെളിയാത്തതിനാൽ അവൻ ആ നുകത്തെ ചുമലിലേറ്റി.

ട്രെയിനിങ് സമയത്ത് അനുവദനീയ ഇടവേളകളിലെല്ലാം അവൻ കൂട്ടുകാരെ വിളിച്ചു. വിശേഷങ്ങൾ പറഞ്ഞു ചിരിക്കുകയും യാഥാർത്ഥ്യങ്ങൾ ഏല്പിക്കുന്ന വേദനകളിൽ തേങ്ങുകയും ചെയ്തു. തന്റെ പാസിംഗ് ഔട്ട് പരേഡ് കാണാൻ കൂട്ടുകാരായ ഞങ്ങളെ അവൻ വല്ലാതെ നിർബന്ധിച്ചു. ആ നിർബന്ധത്തിന് വഴങ്ങി തൃശ്ശൂരിലെ പരേഡ് മൈതാനത്തിൽ ഞങ്ങൾ എത്തി. അവന്റെ പ്രകടനങ്ങൾ കൺകുളിർക്കെ കാണാനായി ഞങ്ങൾ മുൻപന്തിയിൽത്തന്നെ ഇരിപ്പിടം ഉറപ്പിച്ചു. അതാ നടന്നു വരുന്നു കാക്കി ഉടുപ്പും കറുത്ത ഷൂസും ലാത്തിയുമൊക്കെ പിടിച്ചു ലെഫ്റ്റ് റൈറ്റ് ലെഫ്റ്റ് റൈറ്റ് താളത്തിൽ ഞങ്ങളുടെ സംജിത്തും അവന്റെ ബറ്റാലിയൻ അംഗങ്ങളും. പരേഡ് കൃത്യം ഞങ്ങളുടെ മുന്നിൽ എത്തിയപ്പോൾ പരേഡ് ഓഫീസർ പരേഡ് നിയന്ത്രിക്കാനായി എബൗട്ടേൺ വിളിച്ചു; സംജിത് വളരെ ശക്തിയോടും പരേഡിന്റെ അഴകോടും വലത്തേയ്ക്ക് തിരിഞ്ഞു; അവന്റെ മുഖം ഞങ്ങളുടെ നേർക്ക്. ഞങ്ങളെ കണ്ട അവന്റെ മുഖത്ത് സമൃദ്ധമായ പുഞ്ചിരി. ഞങ്ങളാകട്ടെ ചിരിയടക്കാൻ പാടുപെടുന്നു.

ശക്തിയോടെ അവൻ തിരിഞ്ഞപ്പോൾ തലയിലെ തൊപ്പി തലയോടൊപ്പം തിരിഞ്ഞില്ലായിരുന്നു. അതിനുള്ളിലെ തല മാത്രമേ തിരിഞ്ഞുള്ളൂ. തൊപ്പിയുടെ മുൻവശം അവൻ നടന്ന് വന്ന ദിശയിൽ തന്നെ ഇരിക്കുകയായിരുന്നു. അതായിരുന്നു ഞങ്ങളുടെ ചിരിയ്ക്ക് കാരണം. അങ്ങനെ എല്ലാ വിധ കടമ്പകളും കടന്ന് അവൻ ഒരു പൊലീസുകാരനായി ജോലിയിൽ പ്രവേശിച്ചു.

ആരോഗ്യ മേഖലയിൽ സേവനം ചെയ്യാനുള്ള അവന്റെ ആഗ്രഹത്തെ സാഹചര്യങ്ങൾ തളച്ചപ്പോൾ ദൈവീകത ഇവിടെയും വെളിവായി . ഒരു ദിവസം പാറാവ് ജോലിക്കിടെ സംജിത്തിന് തലചുറ്റൽ അനുഭവപ്പെട്ടു, കാലൊന്നു തെന്നി; വീഴ്ചയ്ക്കിടയിൽ അവന്റെ കയ്യിലുണ്ടായിരുന്ന തോക്കിന്റെ ബയണറ്റ് പരാതി കൊടുക്കാനായി വന്ന ഒരു കന്യാസ്ത്രീയുടെ വിലാപ്പുറത്തിൽ തട്ടി; ബയണറ്റിന്റെ മൂർച്ചയാൽ തിരുവസ്ത്രവും ശരീരവും കീറി, ചോര പുറത്തേയ്ക്ക് കിനിഞ്ഞൊഴുകി. വീണിടത്തുനിന്നും കുടഞ്ഞെഴുന്നേറ്റയവൻ ആദ്യമൊന്ന് പകച്ചെങ്കിലും സമനില വീണ്ടെടുത്തിട്ട് ആ കന്യകയെ വട്ടം പിടിച്ചു. അവരുടെ മുറിവിന്മേൽ തന്റെ വിരലുകളെ അമർത്തി രക്തവേഗതയെ തടഞ്ഞു. പുറത്തേയ്ക്കൊഴുകുന്ന രക്തവേഗത കുറഞ്ഞെങ്കിലും അവന്റെ ഞരമ്പുകളിൽ രക്തവേഗത കൂടി. അവരുടെ ചാരിത്ര്യത്തിന്റെ ചൂട് അവന്റെ കൈകളിലൂടെ അരിച്ചിറങ്ങി ഹൃദയത്തിന്റെ യുവ ദളങ്ങളെ പൊള്ളിക്കുകയായിരുന്നു. വിളിച്ചു വരുത്തിയ ആംബുലൻസിൽ അവൻ ആ സ്ത്രീയെ ആശുപത്രിയിലേയ്ക്ക് കൊണ്ട് പോയി. ചീറിപ്പായുന്ന വേഗതയിലും ആംബുലൻസിന്റെ അപായ മണി മുഴക്കത്തിലും അമർന്ന് അവൾ അവന്റെ മടിയിൽ കിടന്നു. അവളുടെ കൂമ്പിയടഞ്ഞ കണ്ണുകളിൽ നിന്നും, വിറയാർന്ന ചുണ്ടുകളിൽ നിന്നും, വിയർപ്പു മണികൾ തത്തിക്കളിക്കുന്ന കഴുത്തിൽ നിന്നും, ശരീരത്തിന്റെ നിഗൂഢതകളിൽ മാത്രം വിരിയിക്കുന്ന സുഗന്ധങ്ങളിൽ നിന്നും പടർന്ന ദൈവീകത അവന്റെ ജഢീയതയിലെ മാനുഷികതയുമായി യുദ്ധം ചെയ്തു. ഇരുകൂട്ടരും ജയിക്കാത്ത പരസ്പര ബഹുമാനത്താലുള്ള യുദ്ധം.

ആശുപത്രിയിലെ തുന്നൽക്കെട്ടിനോടൊപ്പം അവർ തമ്മിലുള്ള സുഹൃത് ബന്ധത്തിന്റെ ഇഴകളും കലർപ്പില്ലാത്ത സ്നേഹത്തിൽ

കെട്ടപ്പെടുകയായിരുന്നു. വായുവും ജലവും തമ്മിൽ ചേർന്ന അവസ്ഥ, സ്വന്തം മൂല്യങ്ങൾക്കും സിദ്ധികൾക്കും കോട്ടം വരാതെ എല്ലാ ആവേശത്തോടും വികാരത്തോടും സ്വതന്ത്രമായി നിൽക്കുന്ന രണ്ട് വ്യത്യസ്ഥ വ്യക്തിത്വങ്ങൾ. അവർക്കിടയിലെ സ്വാതന്ത്ര്യവും വിശുദ്ധിയും വിശ്വാസവും അവന്റെ ജീവിതത്തെ സമൂലം രൂപാന്തരപ്പെടുത്തി.

എന്തിനെപ്പറ്റിയായിരിക്കണം ചിന്തിക്കേണ്ടുന്നതെന്ന് ചിന്തിക്കുവാൻ വരെ ആ ബന്ധം അവനെ ശക്തിപ്പെടുത്തി. അവൻ പ്രാപ്തനായപ്പോൾ, തന്റെ ആത്മീയ ജീവിതത്തിനും വിശ്വാസത്തിനും തടസ്സമായി നില്ക്കുന്നതും, എന്നാൽ സ്നേഹത്തിന്റെ ഭാഷയാൽ നേരെയാക്കാൻ സാധിക്കാത്തതുമായ പ്രശ്നങ്ങൾ അവൾ അവന്റെ കാക്കിയുടെ തെളിമയ്ക്ക് മുന്നിൽ കുമ്പസാരത്താൽ അർപ്പിച്ചു, എല്ലാ പരിപാവനതയോടും കൂടി.

അവളുടെ ആത്മീയ ജീവിതത്തിന്റെ പരിപാവനതയിലെ വിശുദ്ധ നിശബ്ദതയെ കെടുത്താൻ വന്നവരെല്ലാം അവന്റെ ഔദ്യോഗികത തീർത്ത വലയ്ക്കുള്ളിൽ വീണ് ഞെരിഞ്ഞമർന്നു. കാമം ഭ്രാന്തായി മാറിയ എത്രയോ പേർ. പാതിരിമാർ, രാഷ്ട്രീയക്കാർ, പോലീസുകാർ, അദ്ധ്യാപകർ എന്തിനേറെപ്പറയുന്നു കൂട്ടത്തിൽ സംജിത്തിന്റെ അപ്പനും. പ്രതികളിൽ പലരും പ്രമുഖരായതിനാൽ ശക്തമായ അപായ മുന്നറിയിപ്പുകളിൽ കാര്യങ്ങൾ ഫലം കണ്ടു. അവനെടുത്ത നടപടികളിൽ ഏറ്റവും കടുത്തത് അപ്പനോടായിരുന്നു. പത്ത് അനാഥ കുട്ടികളെ സ്വന്തം ചെലവിൽ പരിപാലിക്കാനായിരുന്നു അവൻ വിധിച്ചത്! ചെലവുകൾ കൂട്ടി മുട്ടിക്കാനായി അവന്റെ അപ്പൻ പൈശാചിക ചിന്തകളില്ലാതെ അഹോരാത്രം പണി ചെയ്യുന്നു.

കുട്ടിക്കാലത്ത്, ഏറ്റവും വേണ്ടപ്പെട്ടയാൾ അനുവദനീയമല്ലാത്ത സ്ഥലത്ത് കൈകൾ വച്ചപ്പോൾ കുതറി മാറി, ലൗകീകതയെ വെറുത്തു, മറ്റാരുടെയും കേൾവിക്ക് നിൽക്കാതെ ആത്മീയതയെന്ന ആഗ്രഹത്താൽ സാഹചര്യങ്ങളെ തോല്പിച്ചു കന്യാസ്ത്രീ ആയതായിരുന്നു അവൾ. ആഗ്രഹ പൂർത്തീകരണമെന്ന മാനുഷികത. തന്നത്താൻ ത്യജിച്ചുള്ള മാനുഷികത ദീർഘകാലം നിലനിൽക്കണമെങ്കിൽ ദൈവീകതയുടെ പരിരക്ഷ ആവശ്യമാണ്. സാഹചര്യങ്ങളാൽ ജയിച്ചിട്ട് അതിന് കൂട്ട് വന്നതാണ് സംജിത്.

ആഗ്രഹങ്ങളും സാഹചര്യങ്ങളും പരുക്കേല്പിക്കാത്ത അവനവനിലെ ആത്മീയതയുടെ പ്രതീകമാണ് കന്യാത്വം. തമിഴ് ഭാഷയിൽ പോലീസ് എന്ന പദത്തിന് കാവൽ എന്നാണ് പറയുന്നത്.

ആ കന്യാത്വത്തിന്റെ കാവൽക്കാരനായി അതെ ആത്മീയതയോടും വിശുദ്ധിയോടും ഇന്നും സംജിത് തുടരുകയാണ്. "ഉണ്ണുന്നോർക്കുണ്ണേണ്ടതുണ്ടാക്കി താനുമൊരൂണായി മാറുന്നു മാരി"

സന്ദർഭം മൂന്ന്

എഴുതണമെന്ന് ഒരുപാടു ആഗ്രഹിച്ചിട്ടും എഴുതാൻ വാക്കുകൾ കിട്ടാത്തൊരു കൂട്ടുകാരി എനിക്കുണ്ടായിരുന്നു. എഴുത്ത് ഇവിടെയും ശരിയാകുമോയെന്ന് നിശ്ചയമില്ല. അവളുടെ സ്നേഹം മറ്റുള്ളവരുടെ സ്നേഹത്തിൽ നിന്നും വളരെ വ്യത്യസ്ഥമായിരുന്നു. ഒട്ടിപ്പിടിക്കുന്ന തരത്തിലുള്ള സ്നേഹം; ആ സ്നേഹത്തിൽ ഒരുതരം വലിച്ചിൽ അനുഭവപ്പെടും. ഒഴുകാതെ ആഴത്തിൽ ഉൾക്കൊള്ളുന്ന രീതിയിൽ; അവളെക്കുറിച്ചു ഒറ്റവാക്കിൽ പറയുകയാണെങ്കിൽ ഇങ്ങനെ പറയാം, ആഗ്രഹങ്ങൾക്കായി ജീവിക്കാത്തവൾ. ഒരിക്കലും ചുറ്റുപാടുമുള്ള സാഹചര്യങ്ങൾ അവളെ തോല്പിച്ചിട്ടില്ല' കാരണം അവൾക്ക് ആഗ്രഹങ്ങൾ ഇല്ല എന്നത് തന്നെ. തികച്ചും ഓരോരോ നിമിഷവും ആസ്വദിച്ചു ജീവിക്കുന്ന പ്രപഞ്ച സ്നേഹി.

നഗരത്തിൽ ചപ്പുചവറുകൾ കൂടിക്കിടക്കുന്ന ഒരു സ്ഥലം. അത് വഴി യാതൊരു ആധിയും ഇല്ലാതെ നടന്നും വാഹനത്തിലും കടന്നു പോകുന്ന ആൾക്കാർ... അവിടെ എത്തുമ്പോൾ മാത്രം യാത്രക്കാരുടെ മൂക്കുകൾ കൈക്കുമ്പിളുകളിൽ ഒളിക്കും. മൂക്കുകൾ ഒളിക്കുന്നതു കൊണ്ട് അതിന് മൂക്കൊളി മുക്ക് എന്ന പേരും കിട്ടി. ക്രമേണെ മൂക്കൊളി മുക്ക് ചവറുകൾ അവിടെത്തന്നെ നിക്ഷേപിക്കാനുള്ള ആഹ്വാനമായി മാറുന്ന നിലയിലേയ്ക്കെത്തി.

എന്റെ സുഹൃത്തിന് പുതുതായി ജോലി ലഭിച്ച സ്ഥാപനത്തിലേയ്ക്കെത്താൻ ആ വഴിയിലൂടെയായിരുന്നു യാത്ര ചെയ്യേണ്ടിയിരുന്നത്. മൂക്കൊളി മുക്ക് എത്തിയപ്പോൾ അവൾ അവളുടെ മൂക്ക് പൊത്തിയില്ല, പകരം മൂക്ക് വിടർത്തി കണ്ണുകളടച്ചു ചവറ് കൂനയെ മനസ്സിലേയ്ക്ക് ആവാഹിച്ചു പുഞ്ചിരിച്ചു. ചില ദിവസങ്ങളിൽ അവൾ അവിടെ ഇറങ്ങി പ്രാർത്ഥനയോടെ നിന്നു.

മാലിന്യത്തെ നോക്കി തൊഴുതു നില്ക്കുന്ന അവളെ ആൾക്കാർ അവജ്ഞയോടെ നോക്കി. അവളുടെ മനസിലെ വിഗ്രഹം പതിയെപ്പതിയെ ഉടയാൻ തുടങ്ങി. കഴിയാവുന്നത്ര മാലിന്യങ്ങൾ അവളുടെ നേതൃത്വത്തിൽ അവിടെനിന്നും മാറ്റി, പലരോടും കൈനീട്ടിക്കിട്ടിയ കാശ് കൊണ്ട് വൃക്ഷതൈകളും ചെടികളും വച്ച് പിടിപ്പിച്ചു. ആഴ്ചകൾ കൊണ്ട് പൂമ്പാറ്റകൾ പാറിപ്പറക്കുന്ന ഒരു കാവായി അത് മാറി. ഇടവേളകളിൽ ആൾക്കാർ കുടുംബസമേതം അവിടേയ്ക്കെത്താൻ തുടങ്ങി. നാട്ടുകാർ ആ കാവിനെ ഏറ്റെടുത്തു. ചിലർ ചാലുകൾ കീറി, മത്സ്യങ്ങളെ കൊണ്ടിട്ടു; മറ്റു ചിലർ തടികൾ കൊണ്ട് ഇരിപ്പിടങ്ങൾ പണിതു; വേറെ ചിലർ വീടുകളിൽ മിച്ചം വരുന്ന ആഹാര സാധനങ്ങൾ വൃത്തിയായി പൊതിഞ്ഞു വിശക്കുന്നവർക്ക് വേണ്ടി കൊട്ടകളിൽ വച്ചു, പാട്ടിനാലും താളത്തിനാലും അവിടം സ്വർഗ്ഗമായി മാറി...

ഒരിക്കൽ ഞാൻ അവളോട് ചോദിച്ചു, "എടോ, തനിക്കിതെങ്ങനെ സാധിച്ചു."

"ബാലു, നമ്മുടെ മനസ്സിലെ വിഗ്രഹങ്ങൾ ഉടയണം, വിഗ്രഹങ്ങൾ ഉടഞ്ഞാലേ അതിലെ കർത്താവ് സ്വതന്ത്രൻ ആവുകയുള്ളൂ; ഞാൻ മനസ്സിൽ പ്രതിഷ്ഠിച്ച ചവറ് കൂനയെന്ന പ്രതിഷ്ഠ ഉടഞ്ഞപ്പോൾ അതിലെ കാവ് സ്വതന്ത്രമായി; അല്ലേലും നിനക്കറിയാമല്ലോ, ദുർഗന്ധം വമിക്കുന്ന തൊഴുത്തിലല്ലേ ക്രിസ്തു ജനനം; തൊഴുത്ത് ഉടഞ്ഞപ്പോൾ ക്രിസ്തുവിന്റെ സിദ്ധികൾ സ്വതന്ത്രമായി; കുരിശിലായിരുന്നില്ലേ മരണം, കുരിശ് ഉടഞ്ഞപ്പോൾ കർത്താവും... ഇതിങ്ങനെ തുടർന്ന് കൊണ്ടേയിരിക്കും. അതല്ലാതെ മനസ്സിലെ പ്രതിഷ്ഠയെ യാതൊരു മാറ്റവും ഇല്ലാതെ ചുമക്കുന്നതിലല്ല കാര്യം."

ബുദ്ധിമാന്ദ്യമില്ലാത്ത ആൾക്കാർക്ക് തോന്നാത്തൊരു കാര്യം സമനില തെറ്റിയവളെന്ന് ആൾക്കാർ വിചാരിച്ച ഒരുത്തി ചെയ്തപ്പോൾ അവിടെ ചുരുളഴിഞ്ഞത് ആഗ്രഹങ്ങൾക്കോ സാഹചര്യങ്ങൾക്കോ പരുക്കേല്പിക്കാൻ സാധിക്കാത്ത ആത്മീയതയാണ്... കന്യാത്വം... ആ ആത്മീയത നിലനിറുത്താനാണ് ഇന്നും അവൾ ബുദ്ധിമാന്ദ്യം സംഭവിച്ച ആളുകൾക്കിടയിൽ സേവനം ചെയ്യുന്നതും യാതൊരു ലഭേച്ഛയും ഇല്ലാതെ അവരെ പരിപാലിച്ചു പുനരധിവസിപ്പിക്കുന്നതും...

"ഉണ്ണുന്നോർക്കുണ്ണേണ്ടതുണ്ടാക്കി താനുമൊരൂണായി മാറുന്നു മാരി"

9

ക്ഷൗരാധികാരികത

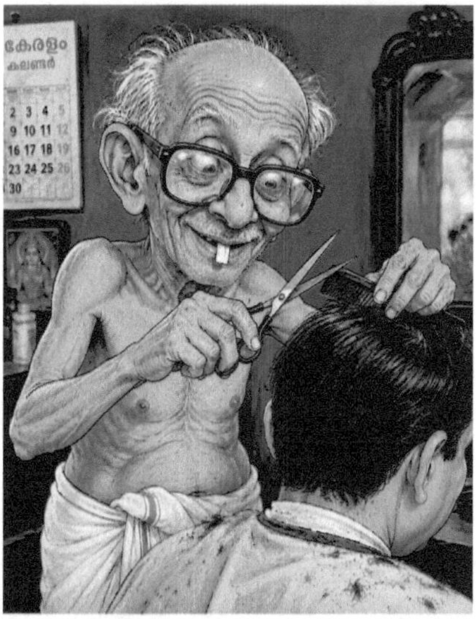

പഠിപ്പെല്ലാം കഴിഞ്ഞു നാട്ടിൽ നിന്നും ജോലിയുമായി മാറിനിൽക്കുന്ന കാലം.

മാസത്തിൽ ഒരേയൊരു തവണയേ നാട്ടിലോട്ട് വരാറുള്ളൂ, അതും വളരെയധികം ഗമയിൽ. എന്തിനോടും ഒരു പുച്ഛഭാവം എന്റെ ഇടപെടലുകളിൽ ഒളിഞ്ഞിരിക്കാറുണ്ടെന്നു പലരും എന്നെക്കുറിച്ചു അടക്കം പറഞ്ഞിട്ടുള്ളതാണ്. പലതിൽ നിന്നും ഒളിച്ചോടുന്നത്

കൊണ്ടുള്ള 'സ്വയം പ്രഖ്യാപിത പുച്ഛരം' മുഖഭാവീകരണത്തിലൂടെ വെളിപ്പെട്ടിരുന്നതായിരുന്നു അതിന്റെ മൂലകാരണം.

അങ്ങനെ ഒരു ദിവസം, പ്രഭാത ഭക്ഷണം നേരത്തെ കഴിച്ച ശേഷം, സ്വന്തം അദ്ധ്വാനത്തിലൂടെയും അമ്മയുടെ സാമ്പത്തിക പിൻബലത്തിലൂടെയും വാങ്ങിച്ച 350 മോഡൽ റോയൽ എൻഫീൽഡ് ബുള്ളറ്റ് പൊടി തട്ടി തുടച്ചെടുത്തു. തുടർന്ന്, ഒരേ ഒരു ചവിട്ടിൽ അതിനെ പ്രവർത്തിപ്പിച്ചു തല ഉയർത്തിപ്പിടിച്ചു ഞാൻ വീട്ടിൽ നിന്നും യാത്രയായി. ലക്ഷ്യബോധം ഇല്ലാത്തൊരു യാത്ര. ആ യാത്ര പണ്ട് പഠിച്ച വിദ്യാലയത്തിലേക്കുള്ള വഴിയിലേയ്ക്ക് തിരിഞ്ഞു. പാടങ്ങളും അരുവികളും കുളങ്ങളും ഉള്ള പാതയോരം. എന്റെ ഓർമ്മയിലൂടെ അരിച്ചിറങ്ങിയതും തനത് ഗ്രാമീണ നന്മയും ഗുണവും വിളിച്ചോതുന്നതുമായ ഒരു ചായക്കടയുടെ മുന്നിൽ ഞാൻ വണ്ടി നിറുത്തി. ആ കടയുടെ അടുത്തായി നവീനമാണെന്നു തോന്നുന്ന ഒരു ക്ഷൗരാലയം. ചായ കുടിച്ചിരുന്നപ്പോൾ തലമുടി വെട്ടേണ്ടുന്ന കാര്യം ഓർത്തു. ചായകുടിയോടൊപ്പം ഏറു കണ്ണുകൊണ്ട് ചുറ്റുപാടും വിലയിരുത്തി. നല്ല ഒന്നാം തരം തടി കസേരയും മേശയും മറ്റ് ഉപകരണങ്ങളും. ശീതീകരിച്ച മുറി അല്ലെങ്കിലും വൃത്തിബോധ്യം പ്രകടമായിരുന്നതിനാൽ അവിടെ തന്നെ മുടി മുറിക്കൽ ആകാമെന്നു കരുതി.

വളരെയേറെ വയസ്സ് ചെന്ന ഒരു കാരണവർ വിറയാർന്ന കരങ്ങളെ തന്റെ വരുതിയിലാക്കാൻ നന്നേ പാടുപെട്ട് ഒരു സോഡാക്കുപ്പി കണ്ണടയുടെ സഹായത്തോടെ പത്രം വായിച്ചു ആ കടയുടെ അറ്റത്തു ഇരിക്കുന്നുണ്ടായിരുന്നു. ഞാൻ അദ്ദേഹത്തോട് "മുടി വെട്ടുന്നയാൾ അവിടെ ഉണ്ടോ" എന്ന് ഉറക്കെ ചോദിച്ചു. കടയുടെ അകത്തേക്ക് തിരിഞ്ഞു നോക്കിയ ആ അപ്പൂപ്പൻ ഇപ്രകാരം പറഞ്ഞു, "മോൻ കയറി ഇരുന്നോ, ഞാൻ പോയി ആളെ വിളിച്ചിട്ടു വരാം". ഇതും പറഞ്ഞിട്ട് അദ്ദേഹം അവിടെ നിന്നും വളരെ പ്രയാസപ്പെട്ട് എഴുന്നേറ്റു.

ഞാൻ ആ കടയിൽ കയറി മരക്കസേരയിൽ ഇരുപ്പുറപ്പിച്ചശേഷം പോക്കറ്റിൽ നിന്നും മൊബൈൽ ഫോണെടുത്തു ചികയൽ ആരംഭിച്ചു. പ്രണയിനിയുടെ സന്ദേശങ്ങൾ ഒഴുകുകയായിരുന്നു. പൊടുന്നനെ കഴുത്തിന് ചുറ്റുമായി ഒരു ഗ്രാമീണ മണമുള്ള മുണ്ട് മറ്റൊന്നും ഉരിയാടാതെ എന്നിലേക്ക് ഊഷ്മളമായി കടന്നു വന്നു. മൊബൈൽ

സന്ദേശങ്ങളെ അതു തടസപ്പെടുത്തിയതിനാൽ മുണ്ട് കുറച്ചു മേൽപ്പോട്ടാക്കി ഞാൻ വീണ്ടും കിണ്ടൽ തുടർന്നു. മറ്റാരൊക്കെയോ വന്നു പിറകിലെ ബെഞ്ചിൽ ഇരിക്കുന്നത് എന്റെ ഉപബോധ മനസിലൂടെ കടന്ന് പോകുന്നുണ്ടായിരുന്നു. തലയിൽ കുറച്ചു വെള്ളം ചീറ്റിച്ചെത്തിയപ്പോൾ പരിസരബോധം തിരികെയെത്തി. മുടി വെട്ടുന്നതിനു തൊട്ടു മുമ്പുള്ള കത്രികയുടെ തയ്യാറെടുപ്പിന്റെ കരകറ കരകറ ശബ്ദം കേട്ട ഞാൻ മുന്നിൽ വച്ചിരിക്കുന്ന കണ്ണാടിയിലേയ്ക്ക് തല ഉയർത്തി നോക്കി. ഒരു ഞെട്ടൽ ഹൃദയത്തിലൂടെ മിന്നി മറഞ്ഞു. ഞാൻ സ്ഥലകാല ബോധമില്ലാതെ എന്തൊക്കെയോ പിറുപിറുക്കയും എന്റെ തീരുമാനത്തെ ശപിക്കയും ചെയ്തു. നേരത്തെ കണ്ട അതെ കാരണവർ കത്രികയുമായി പുറകിൽ നിൽക്കുന്നു! അദ്ദേഹത്തിന്റെ പുറകിലായി അതേ പ്രായത്തിലുള്ള അഞ്ചോആറോ വൃദ്ധന്മാരും. കുതറി ഓടിയാലോ എന്ന് ഒരു നിമിഷം ഞാൻ ആലോചിച്ചു.

പെട്ടെന്ന് അദ്ദേഹത്തിന്റെ സമപ്രായക്കാരിൽ ഒരാൾ എന്റെ തോളിൽ കൈ വച്ചിട്ട് , "ദിവാകരാ കോളടിച്ചല്ലോടാ, ഇന്ന് നിന്റെ ദിവസമാണല്ലേ! ഈശ്വരൻ നിന്റെ പ്രാർത്ഥന കേട്ടു അല്ലെ, ഈ ചെക്കന്റെ ഭാഗ്യം!" എന്ന് ഒരുതരം കൃത്രിമ ചിരിയോടെ ഉരുവിട്ടു. കത്രികയേന്തി നിൽക്കുന്ന കാരണവർ ഉച്ചത്തിൽ ചിരിച്ചിട്ട് ഇങ്ങനെ പറഞ്ഞു, "വളരെയേറെ കാലത്തിന് ശേഷമാ ഒരു കന്നിനെ വെട്ടാൻ കിട്ടുന്നേ!" കേട്ടിരുന്നവർ അപ്പോൾ തല കുലുക്കി ചിരിക്കുകയായിരുന്നു.

ഗമയിൽ വന്ന എന്നെ വെറുമൊരു കന്നായി മാത്രമേ ചുററുമുള്ളവർ കാണുന്നുള്ളൂ എന്ന അറിവ് എന്റെ കണ്ണുകൾ അടയ്ക്കാൻ എന്നെ പ്രേരിപ്പിച്ചു. എത്ര വെട്ടിയാലും തിരിച്ചു വരുമെന്ന് മുടി തന്ന ഊക്ക് എന്റെ ചെവികളെയും കൊട്ടിയടച്ചു. കരകറ കരകറ തരംഗം ഒരു തലോടലായി എനിക്ക് ചുറ്റും പതിയുകയായിരുന്നു. പതിയെ കണ്ണ് തുറന്ന ഞാൻ നെഞ്ചും വിരിച്ചു വിറയലൊട്ടും ഇല്ലാതെ തന്റെ പണി കൃത്യതയോടെ ചെയ്യുന്ന ആ കാരണവരെ ആണ് കണ്ടത്. പണി കഴിഞ്ഞു കത്രിക മേശപ്പുറത്തു വച്ചതും വീണ്ടും വിറയൽ അദ്ദേഹത്തിലൂടെ ഓരി ഇടാൻ തുടങ്ങി.

ജീവിതത്തിൽ ഇതു വരെ ഇത്ര ഭംഗിയായി എന്റെ മുടി ആരും മുറിച്ചിട്ടില്ല.

വായിലെ മുൻനിരയുടെ നടുവിലായി ഒറ്റ പല്ല് മാത്രം ഉണ്ടായിരുന്ന ആ വൃദ്ധന്റെ സോഡാക്കുപ്പി കണ്ണട എന്റെ കണ്ണുകളെ തുറപ്പിച്ചു.

ഞാനാണ് തലമുടി വെട്ടുകാരൻ എന്ന് എന്തേ ആദ്യം അദ്ദേഹം പറഞ്ഞില്ല; പറഞ്ഞിരുന്നേൽ എന്റെ തല അയാൾക്ക് കിട്ടുമായിരുന്നോ?

എന്റെ മനോഗതം അതിനെ തിരിച്ചറിഞ്ഞു

ഏയ്, അദ്ദേഹം നുണ പറഞ്ഞതേയല്ല; അയാൾ കടയിലേയ്ക്ക് നോക്കി തന്നിലെ പണിക്കാരനോടായിരുന്നു സംസാരിച്ചത്. പണിയായുധം കയ്യിൽ കിട്ടിയപ്പോൾ അയാൾ മറ്റൊരാളായി മാറിയിരിക്കുന്നു...

കലാസൃഷ്ടി സ്രഷ്ടാവിന്റെ ആത്മാവിനെ മുറുകെ പിടിച്ചാൽ സൃഷ്ടി കഴിഞ്ഞു പണിയായുധം താഴെ വയ്ക്കുമ്പോൾ സ്രഷ്ടാവിന് ഒരു വിറയൽ പിടിക്കുമത്രേ! അതാണത്രേ പ്രപഞ്ചത്തിന്റെ സ്പന്ദനവും...

10

വിവേകോപായം

ഉപജീവനവുമായി ബന്ധപ്പെട്ട് മലബാർ പ്രദേശത്ത് ആയിരിക്കുന്ന സമയം.

ആതുരശുശ്രൂഷ രംഗത്തെ ഒരു സ്വകാര്യ സ്ഥാപനത്തിലെ ഔദ്യോഗിക ഭരണ നിർവഹണവുമായി ബന്ധപ്പെട്ടതായിരുന്നു അന്നത്തെ എന്റെ പ്രവർത്തന മേഖല. യൗവനത്തിന്റെ ചോരത്തിളപ്പിൽ എന്തിനോടും ഒരു നിസ്സാര ഭാവം വെളിപ്പെടുത്തിയും എന്നാൽ പരിചയക്കുറവ് മൂലമുള്ള ബധിരതയ്ക്കും മൂകതയ്ക്കും ന്യായീകരണ വാദങ്ങൾ ഉന്നയിച്ചും എന്റെ രീതികൾ കേമത്തരത്തിലാണെന്ന് വിശ്വസിച്ചും മറ്റുള്ളവരെ വിശ്വസിപ്പിച്ചും പ്രവർത്തിക്കുകയായിരുന്നു ഞാനപ്പോൾ. ധാർഷ്ട്യപരമായ

ഇടപെടലുകൾക്ക് നയപരമായ ഇടപെടലുകളെക്കാൾ വീര്യമുണ്ടെന്ന് നടിച്ചിരുന്നതിനാൽ സഹപ്രവർത്തകരോട് നല്ല ബന്ധങ്ങൾ സ്ഥാപിക്കാൻ ബുദ്ധിമുട്ടി ജീവിതം ജീർണ്ണിച്ച രീതിയിൽ വെറുതെ തള്ളി നീക്കുകയായിരുന്നു. ഏതു നിമിഷവും പ്രശ്നങ്ങൾ സംഭവിക്കാം എന്ന ഭയപ്പെടുത്തുന്ന ഒരു മുൻധാരണയുടെ അടിമ കൂടെ ആയിരുന്നു ഞാൻ. ഔദ്യോഗിക കാര്യങ്ങളുടെ സ്വതന്ത്ര ചുമതലയെ ക്രമപ്രകാരം കീഴ്ജീവനക്കാർക്ക് വിഭജിച്ചു നൽകാതെ, എല്ലാറ്റിന്റെയും ഉത്തരവാദിത്തം സ്വയം ഏറ്റെടുത്തു നടന്നതിലെ അസ്വാഭാവികതയായിരുന്നു ആ അകാരണ ഭയത്തിന്റെ ഉറവിടം എന്ന് കാലങ്ങൾക്ക് ശേഷം ഞാൻ തിരിച്ചറിഞ്ഞു. സ്വതവേ ഒന്നിനോടും പ്രത്യേക താല്പര്യമോ ആശ്രിതത്വമോ ഇല്ലാതിരുന്നതിനാൽ ജീവിതത്തിൽ സംഭവിച്ചു കൊണ്ടിരുന്ന ജീർണ്ണതയ്ക്ക് യാതൊരു അന്തവും എന്നെ സംബന്ധിച്ചിടത്തോളം അക്കാലത്ത് ഇല്ലായിരുന്നു.

ഭരണ നിർവഹണത്തിൽ ചില നല്ല മാറ്റങ്ങൾ വരുത്താൻ സാധിച്ചിരുന്നതിനാൽ ഞാൻ ചിലർക്കൊക്കെ അഭിമതനായിരുന്നു. പക്ഷെ, എന്റെ തരം താഴ്ന്ന ചില പിടിവാശികൾ എന്നെ എല്ലാവരിൽ നിന്നും അകറ്റി നിറുത്തി. എന്നാൽ, പ്രവർത്തന സമയത്തെ എന്റെ മികവും തൊഴിൽ സമയം കഴിഞ്ഞുള്ള എന്റെ ജീർണ്ണതയും ഞാൻ പോലും അറിയാതെ സൂക്ഷ്മമായി നിരീക്ഷിച്ചുകൊണ്ടിരുന്ന ഒരാൾ അവിടെ ഉണ്ടായിരുന്നു - ജന്മം കൊണ്ട് മുസൽമാനും പ്രവൃത്തികൾ കൊണ്ട് വിവേകിയായ മാനവനും ആയൊരു മനുഷ്യൻ - എന്റെ ഇക്ക - റഫീക്ക ... ഇരുപതിലേറെ വർഷം പിന്നിട്ടിരിക്കുന്നു ഞാൻ അദ്ദേഹത്തെ അറിഞ്ഞിട്ട്. മാന്യതയ്ക്കും നർമ്മ ബോധത്തിനും ഉദാത്ത ഉദാഹരണമായി ഇത് പോലെ ഒരാളെ ഇതുവരെ ഞാൻ കണ്ടിട്ടില്ല. മറ്റൊരാളെപ്പറ്റി അദ്ദേഹം അനാവശ്യമായി എന്തെങ്കിലും പറയുന്നത് ഞാൻ ഇതുവരെ കേട്ടിട്ടില്ല. ഞാനവിടെ നിന്നും പിരിഞ്ഞു പോയതിന് ശേഷം എല്ലാ ആഴ്ചകളിലും നാല് ദിവസമെങ്കിലും ഞങ്ങൾ തമ്മിൽ ഫോണിൽ സംസാരിക്കാറുണ്ട്, ഞങ്ങളുടെ ഇടയിലെ കാര്യങ്ങൾ മാത്രം... അതായിരിക്കാം പൊതു സമ്മതനായ ആ വ്യക്തിയുടെ വിജയവും.

എന്റെ വ്യക്തി ജീർണ്ണതയെ മനസിലാക്കിയ അദ്ദേഹം ഒരു ദിവസം ജോലി സമയം കഴിഞ്ഞു എന്റെ അടുത്തു വന്ന് ഇപ്രകാരം പറഞ്ഞു,

"മുച്ചക്ര വാഹന സഞ്ചാരത്തിന് ദിവസക്കൂലിയായി നൽകുന്ന കാശിന്റെ മൂന്നിലൊന്നേ ആകൂ മാസത്തവണയായി ഒരു ഇരുചക്ര വാഹനം സ്വന്തമാക്കാൻ", കാര്യം മനസിലാക്കി തിരിച്ചു മറുപടി പറയുന്നത് കേൾക്കാൻ നിൽക്കാതെ അയാൾ അവിടെ നിന്നും പോയിക്കഴിഞ്ഞിരുന്നു. പറഞ്ഞ കാര്യം മനസിലായപ്പോഴാണ് ഞാനെത്ര മണ്ടനാണെന്ന് എനിക്ക് മനസിലായത്. വെറും ഹുങ്ക് മാത്രം.

ആ വാക്കിന്റെ പിൻബലത്തോടെയും അമ്മയുടെ സ്വാഭാവിക സാമ്പത്തിക പിൻബലത്തോടെയും ഞാനൊരു ഇരു ചക്ര വാഹനം സ്വന്തമാക്കി. റോയൽ എൻഫീൽഡ് ബുള്ളറ്റ്. ആ പുതു വാഹനം കടയിൽ നിന്നും സ്വീകരിക്കുന്ന സമയത്ത് അവിടെ ഞാനറിയാതെ അയാളും ഉണ്ടായിരുന്നു. ഞാനെന്തെങ്കിലും സംസാരിക്കുന്നതിനു മുൻപേ അയാൾ അവിടെ നിന്നും കടന്ന് പോയി.

വർഷങ്ങൾ കഴിഞ്ഞു; എന്റെ സ്വഭാവപ്രകടനം യാതൊരു മാറ്റത്തിനും വശപ്പെടാതെ അങ്ങനെ തുടരുന്നു.

ബുള്ളറ്റിന്റെ മാസതവണ ഞാൻ പോലും ശ്രദ്ധിക്കാതെ അടഞ്ഞു തീർന്ന അതെ മാസം അയാൾ വീണ്ടും എന്റെ മുന്നിലെത്തി ഇപ്രകാരം പറഞ്ഞു, "ഇപ്പോഴുള്ളത് ചക്രങ്ങൾ രണ്ട്. കൂടെ സഞ്ചരിക്കുന്നവർ ഇപ്പോഴും പിറകിൽ. കൂടെ സഞ്ചരിക്കുന്ന യോഗ്യനായ ആളിനെ മുഖാമുഖം നോക്കി സംസാരിക്കണേൽ വേണം ചക്രം നാല്"

ആദ്യം സംഭവിച്ചതിന് സമം. ആളെ കാണാനില്ല. ആ വാക്കിന്റെ പിൻബലത്താൽ നാല് ചക്ര വാഹനത്തിന്റെ ഉടമയായ ഞാൻ, അതിന്റെ മാസതവണ തീരുന്ന സമയത്ത് ഇതേ പോലുള്ള ഒരു വിമർശനത്താൽ രണ്ട് കാലുള്ള ഒരു മനുഷ്യ സ്ത്രീയെ കൂടെ കൂട്ടുകയും ചെയ്തു. എന്തായിരിക്കാം മാസമുറ (മാസതവണ) നാലുചക്രത്തിന്മേൽ പൂർത്തീകരിച്ച എന്നോട് അദ്ദേഹം പറഞ്ഞത്! "രണ്ട് കാലും രണ്ട് കൈയും വശപ്പെട്ട് നാല് കാലിൽ വണ്ടിയായി സുഖം തീണ്ടണേൽ, വേണം രണ്ട് കാലുള്ള ഒരു സ്ത്രീ!"

എന്റെ കല്യാണ ശേഷം ഇരുത്തം വന്ന മുറയ്ക്ക് ഞാൻ അദ്ദേഹവുമായി നല്ല സൗഹൃദം സ്ഥാപിച്ചു. അദ്ദേഹം എന്റെ വഴികാട്ടിയായി.

അദ്ദേഹത്തിന്റെ കുടുംബവുമായി എന്റെ കുടുംബം വളരെയേറെ അടുത്തു. ഒരു ദിവസം ഞങ്ങൾ കുടുംബമായി അദ്ദേഹത്തിന്റെ വീട്ടിൽ

പോയി, ആ വീടിന്റെ ചുറ്റും എന്തൊക്കെ വണ്ടികൾ ആയിരുന്നെന്നോ! യമഹ ആർ എക്സ് 100, ഷോഗൺ, യെസ്ഡി, 1965 ബുള്ളറ്റ് തുടങ്ങി എല്ലാ സിദ്ധികളുമുള്ള വാഹനങ്ങൾ. വണ്ടികളോട് അദ്ദേഹത്തിനുള്ള ഭ്രമം വീടിന്റെ അതിർത്തിക്കുള്ളിൽത്തന്നെ വ്യക്തമായിരുന്നു.

ഒരു ദിവസം അവിചാരിതമായി അദ്ദേഹത്തിന്റെ വിളി എന്റെ ഫോണിലേയ്ക്ക് വന്നു.

എന്നെ ഫോണിൽ വിളിച്ചത് അദ്ദേഹം പറഞ്ഞ ഒരു ആശുപത്രിയിലേയ്ക്ക് പെട്ടെന്ന് വരാൻ വേണ്ടിയായിരുന്നു. ഞാൻ എന്റെ നാല് ചക്ര വാഹനവുമായി അവിടെ എത്തി. അദ്ദേഹത്തിൻറെ ഭാരത്തിനു സാമാന്യം നിരക്കാത്ത സഹധർമ്മിണി വീടിന്റെ പടികൾ ഇറങ്ങുമ്പോൾ കാലുകൾ തെറ്റി പെരുവിരൽ ഒടിഞ്ഞു വിഷമത്തിൽ ആയതായിരുന്നു ആ വിളിയുടെ കാരണം.

എല്ലാ വിധ ശുശ്രൂഷകളും വേണ്ട വിധം നിറവേറ്റിയതിനു ശേഷം അദ്ദേഹത്തിന്റെ ഭാര്യയെ നാല് ചക്രങ്ങളിലുള്ള ഒരു കിടക്കയിൽ (സ്ട്രെക്ചർ) കൊണ്ട് വന്ന ശേഷം രണ്ട് ചക്രങ്ങളുള്ള മറ്റൊരു കസേരയിലോട്ട് (വീൽചെയർ) മാറ്റി. ആശുപത്രിയിലെ ആ യാത്ര എന്റെ നാല് ചക്ര വാഹനത്തിലോട്ടെത്തി.

വളരെ പ്രയാസപ്പെട്ട് ഞങ്ങൾ ആ പരുക്കിനെ എന്റെ വണ്ടിയിലോട്ട് കയറ്റാൻ ശ്രമിച്ചു.

അവസാനം ഞങ്ങൾ വിജയിച്ചു.

നെറ്റിയിലെ വിയർപ്പ് തുള്ളികൾ തുടച്ചു കൊണ്ട് അദ്ദേഹം തന്റെ വണ്ടി മൊഴിയിൽ ഇപ്രകാരം പറഞ്ഞു.

"മാഷേ, ഭാരമുള്ളതും എന്നാൽ ഓടിക്കാൻ നല്ല സുഖമുള്ളതുമായ വണ്ടിയാണ് ബുള്ളറ്റ്. എന്തെങ്കിലും പ്രശ്നം പറ്റിയാലോ? തീർന്നു; പരസഹായമില്ലാതെ ചലിപ്പിക്കാൻ പറ്റാത്തതും അത് തന്നെ!"

ഇതാണ് ആ നർമബോധത്തിന്റെ ഉടമ, വിവേകോപായമുള്ള എന്റെ ക്ക...

11

കർമ്മരഹിതോത്സുകർ

ജീവിത യാഥാർത്ഥ്യങ്ങളിൽ ഊന്നിയ ചിന്തകൾക്ക് കാലാകാലങ്ങളിൽ ഉണ്ടാകുന്ന മാറ്റങ്ങൾ ഒരു പഠന വിഷയമാണ്. യൗവനത്തിലെ ചിന്തകൾ വിശ്വാസങ്ങളുടെ വാഴ്ത്തുക്കളാകുമ്പോൾ, യൗവ്വനേതര ചിന്തകൾ അത്തരം വിശ്വാസങ്ങളെ സമൂലം ബലി കഴിച്ചിട്ടുള്ള യാത്രകളാകുന്നു. പ്രാർത്ഥന എന്ന കാര്യത്തിൽപ്പോലും അത് പ്രകടമാണ്; യൗവന കാലത്ത് പ്രപഞ്ചത്തെ നയിക്കുന്ന ശക്തിയോട് ഒരുവൻ പ്രാർത്ഥന ചെയ്യുന്നത് അവനവൻ കീഴ്പ്പെട്ടു വന്ന വിശ്വാസങ്ങളിലുള്ള വാഴ്ത്തുക്കളെ ആശ്രയിച്ചിട്ടായിരിക്കും; യൗവന തീക്ഷ്ണതകൾ വറ്റുമ്പോൾ പ്രാർത്ഥന അവനവനിലെ തന്നെ പ്രാപഞ്ചികതയോട് ആയി മാറുകയും, അപ്രകാരം അവ മേൽപ്പറഞ്ഞ വിശ്വാസങ്ങളുടെ ബലിയായി പരിണമിക്കുകയും ചെയ്യുന്നു.

പ്രപഞ്ചത്തിന്റെ നർമ്മ രസങ്ങളുടെ വിശാലതയെ വിളിച്ചോതുന്ന ഒരു ഉദാഹരണമാണിത്. വികേന്ദ്രീകൃത വിശ്വാസ വാഴ്ത്തുക്കളും കേന്ദ്രീകൃത വിശ്വാസ ബലികളും അതാത് കാലങ്ങളിലെ തിരിച്ചറിയലുകളാണ്.

ജ്യേഷ്ഠ സുഹൃത്തായ ജിനൻ. പഠനകാലത്തെ അദ്ദേഹത്തിന്റെ വിനോദങ്ങൾ യുക്തിയ്ക്ക് നിരക്കാത്ത വൈകൃത പ്രകടനങ്ങളായിരുന്നു; അദ്ധ്യാപകരുടെ സൈക്കിൾ ടയറിൽ നിന്നും കാറ്റ് തുറന്നു വിടുക, അദ്ധ്യാപികമാരുടെ ചുമലിൽ സ്കൂൾ കെട്ടിടത്തിന്റെ മറവിൽ നിന്ന് ചൊറിയണം ചൊരിയുക, കുട്ടികളുടെ ബാഗിൽ പഴുതാര, തേൾ എന്നിവ വയ്ക്കുക, പ്രധാന അദ്ധ്യാപകന്റെ മുറിയുടെ പൂട്ടിൽ ടാർ ഉരുക്കിയൊഴിക്കുക തുടങ്ങിയവ സ്കൂൾ പഠന കാലത്തും; ബൈക്കിലെത്തി സിഗരറ്റ് കത്തിച്ച ശേഷം തീക്കൊള്ളി പെട്രോൾ ടാങ്ക് തുറന്ന് അതിലിട്ടിട്ട് കൈ കൊണ്ട് ടാങ്കിന്റെ വായ് വട്ടം പൊത്തിപ്പിടിച്ചു തീയാളൽ തടയുക, വാഹനത്തിന്റെ നമ്പർ പ്ലേറ്റിലെ അക്കങ്ങൾ ചുരണ്ടി ഉടമസ്ഥത മാറ്റുക, പോലീസ് കൈ കാണിച്ചാൽ ഇടത്തേയ്ക്കുള്ള മാർഗ്ഗദീപം തെളിയിച്ചു വലത്തേയ്ക്ക് വണ്ടി ഓടിച്ചു രക്ഷപ്പെടുക തുടങ്ങിയവ കോളേജ് പഠന കാലത്തും ചെയ്തു നടന്നവൻ. ക്ലോണിങ് മൂലമുള്ള സൃഷ്ടി സാമ്പത്തിക ദുരവസ്ഥകളെയും ദാമ്പത്യ സംശയങ്ങളെയും മാറ്റുമെന്ന് വളരെ മുന്നേ ആരാധനാലയങ്ങളിൽ വാദിച്ചവൻ. തീണ്ടൽ ഏല്പിക്കാൻ വേണ്ടിയുള്ള മറ്റുള്ളവരുടെ പ്രാർത്ഥനകൾ അവന്റെ പ്രായോഗിക ബുദ്ധിയോളം പോരാത്തതിനാൽ മാത്രം ജീവൻ നിലനിന്ന് പോകുന്നവൻ. ആരാലും പിടിക്കപ്പെടാത്തവൻ. അത്രയ്ക്ക് സമർത്ഥനായവൻ.

വളരെയേറെ കാലങ്ങൾക്ക് ശേഷം ഞാൻ അയാളെ വീണ്ടും കണ്ടു മുട്ടി. അയാളുടെ ചിന്തകൾ സമൂലം മാറി പുതിയവയായിരിക്കുന്നു. പ്രവർത്തികളിലെ വികലതകൾ മാറി സഹകരണം കുടിയേറിയിരിക്കുന്നു. കാലത്തിനനുസരിച്ചുള്ള മാറ്റങ്ങൾ. സ്വന്തമായി നടത്തിയിരുന്ന സോഫ്റ്റ്വയർ സ്ഥാപനം പിരിച്ചു വിട്ട് ഇപ്പോൾ കൃഷി തുടങ്ങിയിരിക്കുകയാണ്. പത്തു സെന്റോ അതിൽ കൂടുതലോ ചുറ്റുപാടുള്ള തൊഴിൽ രഹിത സ്ത്രീജനങ്ങൾക്ക് കൃഷി ചെയ്യാനുള്ള സൗകര്യങ്ങൾ സ്വന്തം ചെലവിൽ ഒരുക്കിക്കൊടുത്ത്, അതെല്ലാം

അവരെക്കൊണ്ടു പരിപാലിപ്പിച്ചിട്ട്, വിളവിൽ നിന്നും അവരവരുടെ വീട്ടാവശ്യങ്ങൾക്കായി വേണ്ടുന്നത് കൊടുത്തിട്ട് ബാക്കിയുള്ളവ ശേഖരിച്ച് ചന്തയിൽ വിറ്റഴിക്കുന്നു. ഡ്രോൺ ഉപയോഗിച്ച് പച്ചക്കറികൾ വീടുകളിൽ നിന്നും ശേഖരിക്കാൻ വേണ്ടുന്ന പഠനത്തിലായിരുന്നു ആശാൻ. തുടർന്നുള്ള ഞങ്ങളുടെ ചർച്ചയിൽ അയാൾ തന്റെ അലമാര തുറന്ന് ഒരു കവർ എടുത്ത് എന്നെ ഏൽപ്പിച്ചു. ഞാനത് തുറന്നു നോക്കി; വളരെയേറെ പഴക്കം ചെന്ന ഒരു യെസ്ഡി ബൈക്കിന്റെ രേഖകളായിരുന്നു അത്. പുതുക്കപ്പെട്ട കൃത്യമായ രേഖകൾ"വയസ്സ് എത്തിയിരിക്കുന്നു, എന്തൊക്കെയായാലും എന്നെ ഇപ്പോഴും ആർക്കും പിടിക്കാൻ പറ്റില്ലെടോ!" എന്റെ കണ്ണുകളിലേയ്ക്ക് നോക്കിയിട്ട് അയാൾ പറഞ്ഞ വാചകം ഇതായിരുന്നു. ആരോഗ്യവാനായിരുന്ന കാലത്ത്, നമ്പർ പ്ളേറ്റിലെ അക്കങ്ങൾ ചുരണ്ടി യാതൊരു രേഖകളും ഇല്ലാത്ത വണ്ടിയിൽ പിടിക്കപ്പെടില്ലായെന്ന വിശ്വാസത്തിന്റെ വാഴ്ത്തുക്കൾ പാടിയിരുന്നവൻ ഇന്നിതാ അതിനെയെല്ലാം ബലികഴിച്ചു കൃത്യമായ രേഖകളാൽ പിടിക്കപ്പെടാതെ വീണ്ടും യാത്ര തുടരുന്നു...

മറ്റൊരു അനുഭവം ഇപ്രകാരമാണ്. സ്വന്തം ഗ്രാമത്തിൽ നിന്നും വളരെയേറെ ദൂരത്തു ജോലി ചെയ്യുന്ന സമയം. ആ സ്ഥാപനത്തിന്റെ മേൽനോട്ടാവകാശം എനിക്ക് തൊട്ട് മുകളിലായുള്ള അധികാരിക്കായിരുന്നു. ഉടമസ്ഥാവകാശം ഒട്ടും തന്നെ ഇല്ലാത്ത, എന്നാൽ പരിപാലന സ്വാതന്ത്ര്യം പൂർണ്ണമായും ഉള്ള അധികാരബലം ആയിരുന്നു അയാൾക്ക് ഉടമ നൽകിയിരുന്നത്. ജീവനക്കാരോട് വളരെ തന്ത്രപരമായ വാത്സല്യത്തോടെയായിരുന്നു അയാൾ പെരുമാറിയിരുന്നത്. തന്നെ ചുറ്റിപ്പറ്റി ഭാഗ്യങ്ങൾ നിലനിൽക്കുന്നെന്ന ധാരണയായിരുന്നു അത്തരമൊരു അനുചിത വാത്സല്യത്തിന് കാരണം. അദ്ദേഹത്തിന്റെ മൊബൈൽ നമ്പറിന്റെയോ, വാഹന നമ്പറിന്റെയോ, ഔദ്യോഗിക ഫോൺ നമ്പറിന്റെയോ അക്കങ്ങൾ മറിച്ചും തിരിച്ചും ഇട്ട് ലോട്ടറി ടിക്കറ്റ് എടുക്കുന്ന ഒരുപാട് ജീവനക്കാർ അവിടെ ഉണ്ടായിരുന്നു. അപ്രകാരം എടുക്കുന്ന ലോട്ടറികളിൽ അവർക്കെല്ലാം സമ്മാനം കിട്ടുന്നതായിരുന്നു അത്തരത്തിലുള്ള ഭാഗ്യ തരംഗങ്ങൾക്ക് കാരണം. മേൽപ്പറഞ്ഞ തരം നീക്കങ്ങൾ ചിലരൊക്കെ എന്റെ അക്കങ്ങൾ ഉപയോഗിച്ചും നടത്തി നോക്കി. എന്നാൽ അതെല്ലാം

അമ്പേ പരാജയമായപ്പോൾ നിർഭാഗ്യഗണത്തിലേയ്ക്ക് എന്നെ തരം താഴ്ത്തിയതിൽ യാതൊരു അതിശയോക്തിയും ഉണ്ടായിരുന്നില്ല. കർമ്മരഹിത ഭാഗ്യവാഴ്ത്തുക്കൾ എന്റെ കൺമുന്നിലൂടെ അദ്ദേഹത്തെ പിന്തുടരുകയായിരുന്നു.

ആ സ്ഥാപനം നൽകുന്ന സേവനങ്ങൾക്ക് ബദലായി, ദിവസേന ലഭിക്കുന്ന പണം, ഈ അധികാരിയുടെ ഔദ്യോഗിക മുറിയിലെ ലോക്കറിലായിരുന്നു കാലാകാലങ്ങളായി സൂക്ഷിച്ചിരുന്നത്. എണ്ണിതിട്ടപ്പെടുത്തി വച്ചിരിക്കുന്ന തുക, തൊട്ടടുത്ത ദിവസം ബാങ്കിൽ നിക്ഷേപിക്കുകയാണ് പതിവ്. അദ്ദേഹം അതെല്ലം ഏറ്റെടുത്ത ശേഷം, നാളിതു വരെ, ഒരു അണാ പൈസ പോലും വ്യത്യാസം വന്നിട്ടുണ്ടായിരുന്നില്ല.

സ്ഥാപനത്തിനടുത്ത് താമസിച്ചിരുന്ന ഞാൻ, ഒരു രാത്രി ഏറെ വൈകി കട്ടൻ ചായ കുടിക്കാൻ പുറത്തേയ്ക്കിറങ്ങിയപ്പോൾ, യാദൃച്ഛികമായൊരു കാഴ്ച കണ്ടു. ലോക്കറിൽ സൂക്ഷിച്ചിരിക്കുന്ന പണം പുറത്തേയ്ക്ക് പോകുന്നു! ഇരുട്ടിന്റെ മറവിൽ നിന്നും കണ്ട കാഴ്ചകൾ സ്ഥാപന ഉടമയോട് വിവരിക്കാൻ വേണ്ടി തൊട്ടടുത്ത ദിവസം ഞാൻ തയ്യാറെടുത്ത സമയത്ത്, പണം ലോക്കറിൽ നിന്നും എടുത്ത് ബാങ്കിൽ അയയ്ക്കാൻ നിയോഗിക്കപ്പെട്ട ജീവനക്കാരി ലോക്കർ തുറന്നു; പ്രതീക്ഷയ്ക്ക് വിരുദ്ധമായി പണം അതേപടി അതിനകത്തിരുപ്പുണ്ടായിരുന്നു! ആ കാഴ്ച എന്റെ സാമാന്യ ബോധത്തിന് നിരക്കാത്തതായിരുന്നു. ഉടമയുടെ അപ്രീതിയ്ക്ക് വിധേയനാകേണ്ടി വരുമായിരുന്ന സാഹചര്യത്തിൽ നിന്നും കഷ്ടിച്ചു രക്ഷപ്പെട്ട ഞാൻ, ഇതിന്റെ പിന്നിലെ രഹസ്യം അറിയാനുള്ള ശ്രമം ആരംഭിച്ചു. തുടർന്നുള്ള ദിവസങ്ങളിലും പണം പുറത്തേയ്ക്കു പോകുന്നത് കണ്ട ഞാൻ അതിനെ പിന്തുടർന്നു. ആ പണം നേരെ പോയത് അവിടുത്തെ പ്രധാന മാർക്കറ്റിലേയ്ക്കായിരുന്നു. അതിരാവിലെ സമയങ്ങളിൽ ദൂരെ ദേശത്തു നിന്നും ലോറികളിൽ വരുന്ന സാധനങ്ങൾ ഒരുമിച്ച് മതിച്ചു വാങ്ങുമ്പോൾ കച്ചവടക്കാരുടെ കയ്യിൽ ചിലപ്പോഴൊക്കെ പണം തികയാതെ വരും; ഇത്തരം സന്ദർഭങ്ങളിൽ മണിക്കൂറുകൾക്ക് ഈ പണം പലിശ ഈടാക്കി നൽകും; മൊത്തവില കച്ചവടക്കാരിൽ നിന്നും ചെറുകിട കച്ചവടക്കാർ സാധനങ്ങൾ പകുത്തു വാങ്ങുമ്പോൾ പലിശയ്ക്ക് വേണ്ടി ഇറക്കിയ

തലവരി പണം തിരിച്ചു നൽകുകയും ചെയ്യും. ഇത്രയും കാര്യങ്ങൾ രാവിലെ അഞ്ചു മണിക്ക് മുൻപായി നടന്നിരിക്കും. അഞ്ചരയ്ക്ക് പുറപ്പെട്ട പണം തിരിച്ചു ലോക്കറിൽ എത്തുകയും ചെയ്യും.

ഞാൻ കണ്ടെത്തിയ കാര്യം അതെപടി സ്ഥാപനത്തിന്റെ ഉടമയെ ബോധിപ്പിച്ചു. എന്നാൽ, ഇതുമായി ബന്ധമുണ്ടായിരുന്ന എന്റെ മേലധികാരിക്ക് യാതൊരു കുലുക്കവും ഉണ്ടായിരുന്നില്ല. അദ്ദേഹം അതിനെ വളരെ സമർത്ഥമായി നേരിട്ടു. അതുമായി ബന്ധപ്പെട്ട് അദ്ദേഹം ഉടമയെ ധരിപ്പിച്ചത് ഇപ്രകാരമായിരുന്നു.

"സാർ, പണം ഒരു വിശ്വാസമാണ്; വെറുതെയിരുന്നാൽ ബലപ്പെടാത്ത വിശ്വാസം. ആർക്കും ഒരു ഗുണവുമില്ലാതെ ലോക്കറിൽ ദിവസേനെ ഇരിക്കുന്ന പണം യാതൊരു കുറവുമില്ലാതെ ഇത്രയും നാൾ തിരികെ വന്നിട്ടുണ്ടേൽ അത് വിശ്വാസമൂല്യത്തിൽ ഏറ്റവും ബലപ്പെട്ടത് കൊണ്ട് തന്നെയാണ്. ബൈബിളിൽ പറയുന്ന പോലെ താലന്തിനെ വെറും മണ്ണിൽ വെറുതെ കുഴിച്ചിട്ട സൂക്ഷിപ്പുകാരന്റെ കണ്ണുകളിലൂടെയാണ് വിതയറിയാത്ത ചള്ള് ചെക്കന്മാർ പണത്തെ കാണുന്നത്. താലന്തിനെ കുഴിച്ചിട്ടവൻ എത്രമാത്രം വെറുക്കപ്പെട്ടവനായിരുന്നെന്ന് വിശ്വാസിയായ സാറിനറിയാം. ഇത്രയും നാൾ കൂടെയുണ്ടായിരുന്ന എന്നെ വിശ്വാസത്തിൽ തുടർന്നും വളരാൻ അനുവദിക്കണം."

അയാൾ പറഞ്ഞതിലെ സ്വാരസ്യത്തിൽ വിസ്മയിച്ചു എന്താ പറയേണ്ടുന്നതെന്നറിയാതെ ഉടമ തല കുലുക്കി. ആ കുലുക്കൽ സമ്മതമായി ധരിച്ച മേലധികാരി ഇടങ്കണ്ണിന്റെ അറ്റത്ത് എനിക്കായി വിരിയിച്ച പുച്ഛര ഭാവത്തെ എന്നിലേയ്ക്ക് എയ്തിട്ടു അവിടെ നിന്നും ഇറങ്ങിപ്പോയി.

സങ്കുചിത ചകിതനായി പുറകെ ഞാനും...

വിശ്വാസത്തിന്റെ വാഴ്ത്തുക്കൾ ഏറ്റവും വിചിത്രമായ തലത്തിൽ!

ഇത്തരത്തിൽ ഉളവായ വിശ്വാസത്തെ ആ വ്യക്തിയിൽ തന്നെ ബലി കഴിപ്പിക്കുകയെന്നത് എന്റെ ചിന്തകൾക്ക് അതീതമായിരുന്നു.

പ്രശ്ന പരിഹാരത്തിനായി, ഞാൻ ആ സ്ഥാപനവുമായി വളരെയധികം അടുത്തു നിൽക്കുന്ന, അതിന്റെ വളർച്ചയ്ക്കായി അഹോരാത്രം സംസാരിക്കയും പ്രവർത്തിക്കയും ചെയ്യുന്ന, എല്ലാവരാലും അംഗീകൃതനായി പൊതു ജീവിതം നയിക്കുന്ന ഒരു

വ്യക്തിയോട് സംസാരിച്ചു. സംസാര ശേഷം, താമസ സ്ഥലത്തിൽ എത്തുന്നതിന് മുൻപ് എനിക്ക് മേലധികാരിയുടെ വിളി വന്നു.

"സംശയവാനേ ഉണരേണ്ടുന്നത് നീയാണ്; നീ സംശയിക്കേണ്ട കാര്യം ഒന്നും തന്നെ ഇവിടെ ഇല്ല, ഇതെല്ലാം നടക്കുന്നത് ഞങ്ങളെല്ലാം അറിഞ്ഞു തന്നെയാണ്; ഇതൊരു സഹകരണ മാഫിയ ആണ്. എല്ലാവർക്കും അറിയാമല്ലോടൊ ഈ പരസ്യമായ രഹസ്യം; ഇവിടുത്തെ രീതികൾ ഇങ്ങനെയാണ്, പറഞ്ഞിട്ട് കാര്യമില്ല, വെറുതെ വെടക്കാകും, അത്ര തന്നെ!"

അത് എന്നെ തളർത്തിക്കളഞ്ഞ വാക്കുകളായിരുന്നു; എന്നാലും ഞാൻ പിന്മാറാൻ തയ്യാറല്ലായിരുന്നു.

വെറുതെയിരുന്നാൽ ബലപ്പെടാത്ത പണത്തെ, ഞാൻ പല രീതിയിൽ നിരീക്ഷിക്കാനും വിചിന്തനം ചെയ്യാനും തുടങ്ങി. ആൾക്കാർ അദ്ധ്വാനത്താൽ സ്വരുക്കൂട്ടുന്ന പണം, അതിൽ നിന്നും സേവനങ്ങൾക്കായി സ്വീകരിക്കപ്പെടുന്ന പണം, സേവനം നൽകുന്ന സ്ഥാപനത്തിന്റെ ആവശ്യങ്ങൾക്കായി ഉപയോഗിക്കുന്ന പണം, കർമ്മഫലമായി വിശ്രമിക്കുന്ന പണം, അനധികൃതമായി മാർക്കറ്റിൽ പോയി വിനിമയപ്പെടുന്ന പണം. ഉടമ അറിഞ്ഞ ശേഷം ഇപ്പോഴത്തെ അവസ്ഥയിൽ അനധികൃതവുമല്ല അത്.

ലോട്ടറിയിൽ കമ്പമുള്ളവന്റെ കൈകളിലേയ്ക്ക് കർമ്മരഹിതമായി ചായുന്ന പണം, കർമ്മ ശേഷം വിശ്രമിക്കുന്ന സേവന ദാതാക്കളുടെ സേവനങ്ങളുടെ മൂല്യമാണെന്ന ഒരു ചിന്ത എന്നിൽ വന്നപ്പോൾ, ആ അറിവിന്റെ അർത്ഥം സംശയരഹിതമാക്കാൻ ഞാനൊരു വക്കീലിനെ സമീപിച്ചു. ഭാഗ്യവശാൽ അദ്ദേഹം ഉടമയുമായി നല്ല അടുപ്പവും ആത്മബന്ധവും ഉള്ള വ്യക്തിയായിരുന്നു. എന്റെ ആകുലതകളും സംശയങ്ങളും പറഞ്ഞു കഴിഞ്ഞപ്പോൾ, ഉടമയുമായി ഔദ്യോഗിക സംഭാഷണത്തിന് അടുത്ത ദിവസം തന്നെ സമയം തരപ്പെടുത്താനുള്ള ഉപദേശം തരികയും, തുടർന്ന് എന്നെ പുറത്തേയ്ക്കു നയിച്ച് അദ്ദേഹം വാതിലടയ്ക്കുകയും ചെയ്തു. എനിക്ക് വക്കീലിലും വിശ്വാസം തോന്നിയില്ല; മേലധികാരിയുടെ വിളി പ്രതീക്ഷിച്ച, ക്ഷീണിതനായ ഞാൻ, ആ ദിവസം അറിയാതെ ഉറങ്ങിപ്പോയി.

അടുത്ത ദിവസം പറഞ്ഞ സമയത്തു തന്നെ വക്കീൽ എത്തി ഉടമയെയും എന്നെയും ഇരുത്തി ചർച്ചകൾ തുടങ്ങി.

വക്കീൽ : "എടോ, പണം വെറുതെ ഇരിക്കുന്നു എന്നതല്ല; ഇതൊരു ഗൗരവമായ കാര്യം തന്നെയാണ്. അയാളെ ഇത് മനസ്സിലാക്കിക്കാൻ ചില കാര്യങ്ങൾ ചെയ്യാൻ നീ എന്നെ അനുവദിക്കണം."

ഉടമ : "എന്റെ വളർച്ചയുടെ കാരണവും കാവലും അയാളാണ്; അത് തല്ക്കാലം അവിടെ നില്ക്കട്ടെ; നിങ്ങൾക്ക് കാര്യങ്ങൾ വ്യക്തമാണെങ്കിൽ നമുക്ക് മുന്നോട്ട് നീങ്ങാം."

അന്ന് വൈകുന്നേരം പതിവ് പോലെ പണം എണ്ണി തിട്ടപ്പെടുത്തി ലോക്കറിൽ വച്ചു; അതിന്റെ ചീട്ട് ഫയലിലും പകർപ്പ് ഉടമയ്ക്കും എത്തി. രാത്രി വക്കീലിന്റെ നിർദ്ദേശ പ്രകാരം പുറത്തേയ്ക്കു പോയ പണത്തിന് ബദലായി അത്രയും പണം ഉടമയിൽ നിന്നും നേരിട്ട് വാങ്ങി, ഉടമ തന്ന താക്കോൽ ഉപയോഗിച്ച് ലോക്കർ തുറന്ന് ഞങ്ങൾ അതിൽ വച്ചു. പിറ്റേ ദിവസം ജീവനക്കാരി പണം ബാങ്കിലയയ്ക്കാൻ തിട്ടപ്പെടുത്തിയപ്പോൾ ഇരട്ടി കണ്ടിട്ട് വിവരങ്ങൾ മേലധികാരിയെ അറിയിച്ചു. മേലധികാരിയുടെ മുഖത്തുണ്ടായ ആന്തൽ അനിർവ്വചനീയമായിരുന്നു. രണ്ടാം ദിവസവും ഇതേ രീതിയിൽ കാര്യങ്ങൾ തുടർന്നു. എന്നാൽ ഈ രണ്ടു ദിവസവും ബാങ്കിൽ പോയ പണം എണ്ണി തിട്ടപ്പെടുത്തി ചീട്ടെഴുതിയ തുക മാത്രമായിരുന്നു.

മൂന്നാം ദിവസം, പല പല ഫോൺ വിളികൾക്ക് ശേഷം മേലധികാരി ഓടി ഉടമയുടെ മുറിയിലെത്തി, അയാൾ വല്ലാതെ വിളറി വെളുത്തിരുന്നു.

മേലധികാരി : "സാർ, എന്നോട് ക്ഷമിക്കണം, ലോക്കറിൽ ഇരിക്കുന്ന പണത്തിൽ വ്യത്യാസം ഉണ്ട്..."

ഉടമ : "താൻ എന്താ ഈ പറയുന്നേ? വ്യത്യാസമോ? അതെങ്ങനെ?"

മേലധികാരി : "ലോക്കറിൽ രണ്ടു ദിവസമായിട്ട് കൂടുതൽ പണം എങ്ങനെയോ വരുന്നുണ്ട്; കൂടുതൽ ഉള്ളതിനെ ഭയക്കണം, കുറവുകളാണേൽ പരിഹരിക്കാവുന്നതേയുള്ളൂ."

ഉടമ : "താനല്ലേ പറഞ്ഞത് - വെറുതെയിരുന്നാൽ ബലപ്പെടാത്ത വിശ്വാസമാണ് പണമെന്ന്, കൂടട്ടെടോ; പിന്നെന്താ കുഴപ്പം?"

മേലധികാരി : "ഈ പെരുപ്പം നമ്മുടെ സേവനങ്ങളുമായി തുലനം ചെയ്യുന്നതല്ല സാർ; ഇത് നമ്മൾ ചെയ്ത സേവനങ്ങളുടെയും അതിനു

വേണ്ടി സ്വീകരിച്ച പണത്തിന്റെയും കണക്കുകൾക്കുള്ളിൽ തെറ്റലുണ്ടാക്കും."

ഉടമ : "തെറ്റലുകളോ?" ഉടമയുടെ ആ ചോദ്യം അയാളുടെ കണ്ണുകളെ കിതപ്പിച്ചു.

ഉടമയുടെ കണ്ണുകൾ അയാളിൽ നിന്നും വേർപെട്ടപ്പോൾ അത് എന്റെ നേർക്ക് തിരിഞ്ഞു, "തനിക്കറിയാമോടോ, രക്തം വിയർപ്പാക്കി സേവനങ്ങൾ ചെയ്യുന്നവർ വിശ്രമിക്കുമ്പോൾ അതിന്റെ മൂല്യം ലോക്കറിൽ ആക്കി വച്ചാൽ അത് ബലപ്പെടാത്ത വിശ്വാസമാണ് പോലും. ആ പണം രാത്രി ഇവിടെ നിന്നും ഇറങ്ങി പോകുമ്പോൾ തെറ്റുകയല്ലേ ഈ പറഞ്ഞ സ്ഥാപനത്തിനുള്ളിലെ തുലനാവസ്ഥ. പണം ബാങ്കിൽ ഇടുമ്പോഴോ എന്ന ചോദ്യത്തിന് പ്രസക്തിയില്ല; അത് സേവന മൂല്യമായി സ്ഥാപനത്തിന്റെ അക്കൗണ്ടിൽ കിടക്കുകയല്ലേ? അല്ലേലും സമൂഹത്തിന്റെ മേൽത്തട്ടിൽ നില്ക്കാൻ ശ്രമിക്കുന്നവർ ഇങ്ങനെയാ. ചോര നീരാക്കുന്നതിൽ കിളിർത്ത പണത്തെ പലപല ചില്ലറ ഇടപാടുകളിലൂടെ, പാലാഴി മഥനം ചെയ്യുന്നത് പോലെ, തന്റേതായ വാസുകി സിദ്ധാന്തങ്ങളിലൂടെയും ഉപായങ്ങളിലൂടെയും സാമൂഹിക ചതുപ്പുകളിലിട്ടു കടഞ്ഞു അതിൽ നിന്നും വരുന്ന രസം ഊറ്റിക്കുടിക്കും. ഒരു തരം കർമ്മരഹിതോത്സുകർ."

ഉടമ പറഞ്ഞു നിറുത്തിയ ശേഷമുള്ള നിമിഷങ്ങൾ വികാര വിധേയത്തങ്ങളുടെ ഹൃദ്യമായ ഇടനാഴികളായിരുന്നു.

അതിലൂടെയുള്ള അവരുടെ നടത്തം നിശബ്ദതയുടെ വേലിയേറ്റങ്ങളിൽ ഉളവാകുന്ന സർഗ്ഗാത്മകതയെ മുറുകെപ്പിടിച്ചിട്ടായിരുന്നു.

നിറകണ്ണുകളോടെ മേലധികാരിയും വിറയാർന്ന ചുണ്ടുകളോടെ ഉടമയും...

അവർ തമ്മിലുള്ള ബന്ധം അത്രത്തോളം ദൃഢം ആയിരുന്നു...

തിരിച്ചറിവിനാൽ, ക്രമേണെ അവിടുത്തെ സേവനം അവസാനിപ്പിച്ച മേലധികാരി, ക്യാൻസർ രോഗികളുടെ ഇടയിൽ സ്വയം സേവകനായി മാറി. കർമ്മരഹിതമായ പണം എന്ന വാഴ്ത്തുക്കളിൽ ജീവിച്ചയാൾ അതിനെ ബലികഴിച്ചു സ്വയം ത്യജിച്ചുള്ള അദ്ധ്വാനത്താൽ മറ്റുള്ളവരുടെ പണമായി മാറുകയായിരുന്നു.

12

ചോർച്ച

ബോധ്യത്തിലേയ്ക്ക് നമ്മെ നയിക്കുന്ന തിരുത്തലുകൾക്ക് സാക്ഷ്യം വഹിക്കുന്ന കാതുകളാണ് പ്രപഞ്ചത്തിന്റേത്. ആ സമയത്ത് ഉടലെടുക്കുന്ന അമാനുഷികമായ ചില സ്പന്ദനങ്ങൾ നാം ചെയ്യുന്ന പ്രവൃത്തിയുടെ ഗുണനിലവാരമില്ലായ്മയെ പിൻതള്ളുകയും എന്നാൽ ആ പ്രവൃത്തികൾക്ക് വേണ്ടി നിലകൊള്ളുന്ന സത്യസന്ധമായ പരിശ്രമങ്ങളെ അനുകൂലിക്കുകയും ചെയ്യും. പ്രപഞ്ചത്തിന്റെ കാതുകളിൽ ഉടലെടുക്കുന്ന ഇത്തരം സ്പന്ദനങ്ങളാണ് പ്രകൃതിനീതിയെ ഒരു സാധ്യതയാക്കി മാറ്റുന്നത്. മേൽപ്പറഞ്ഞ വാക്കുകളെ സാധൂകരിക്കുന്ന ഒരു സംഭവം ജീവിതത്തിൽ ഉണ്ടായത് ഇപ്രകാരമാണ്.

എന്റെ പ്രവർത്തന മേഖലയുമായി ബന്ധപ്പെട്ട ആശുപത്രിയിൽ പുതുതായി ഒരു കെട്ടിട സമുച്ചയം പണിതു കൊണ്ടിരിക്കുന്ന കാലം.

ആ ജോലികളുടെ മേൽനോട്ടം വഹിച്ചിരുന്നത് കാര്യ പ്രാപ്തി കൊണ്ട് മുതിർന്നവനും, പ്രായം കൊണ്ട് കുറിയവനും, മതാചാരാനുഷ്ഠാനങ്ങളിൽ സമ്പന്നനും, ഉപായങ്ങളിൽ ദരിദ്രനുമായ ഒരു വ്യക്തിയായിരുന്നു - ഹംസത്

കെട്ടിട നിർമ്മാണ മേഖലയിലെ മേൽനോട്ടം ദുരിതം പിടിച്ച ഒരു പണിയാണ്. ആർക്കിടെക്റ്റ്, സ്ട്രക്ച്ചറൽ എഞ്ചിനീയർ, സിവിൽ എഞ്ചിനീയർ, ഇലക്ട്രിക്കൽ എഞ്ചിനീയർ തുടങ്ങിയ വിവിധ തലങ്ങളിൽ ആധിപത്യമുള്ളവരുടെ ധാർഷ്ഠ്യപരമായ ഇടപെടലുകളെ ഏകോപിപ്പിച്ചു സമയബന്ധിതമായി കാര്യങ്ങൾക്ക് തീർപ്പ് കല്പിക്കുക എന്നത് ഉപായങ്ങളിൽ ദരിദ്രനായ വ്യക്തിയെ സംബന്ധിച്ചിടത്തോളം ബാലികേറാ മല തന്നെയായിരിക്കും. മനസിനെ മടുപ്പിക്കുന്ന തരത്തിലുള്ള ശകാരങ്ങൾ വരുന്ന വഴി എവിടെ നിന്നാണെന്നു പോലും നിശ്ചയമില്ലാതെ പരുങ്ങലിൽ നിൽക്കുമ്പോൾ ആ കലുഷിത തീണ്ടലുകളെ കല്ലിലേയ്ക്കും കമ്പിയിലേയ്ക്കും മണലിലേയ്ക്കും ആ ചങ്ങാതി മറ്റാരും അറിയാതെ വഴി തിരിച്ചു വിടുമായിരുന്നു. യാതൊരു വസ്തുക്കളുടെയും സാന്നിധ്യം ഇല്ലാത്ത ഒഴിഞ്ഞ ഒരു മുറിയിൽ നാം കയറിയാൽ ചുവരുകൾ സംസാരിക്കുന്നത് നമുക്ക് കേൾക്കാം, ഓരോരോ ഘട്ടങ്ങളിലെയുമുള്ള നിർമ്മാണ പ്രവർത്തകരുടെ തേങ്ങലുകളാണവ.

ചുവരുകളുടെ സംസ്കാരം ആ മുറിയിൽ താമസിക്കുന്നവരുടെ മതേതര സംസാര സ്വാതന്ത്ര്യത്തിന് ഉപരിയായി നിൽക്കുന്നത് ഇത്തരത്തിലുള്ള തീണ്ടലുകളിലൂടെ രൂപപ്പെട്ട് വന്നത് കൊണ്ടാകാം.

ആശുപത്രിയുടെ പരമോന്നതാധികാരി കെട്ടിടം പൂർത്തീകരിച്ചു ഉദ്ഘാടനം നടത്തേണ്ടുന്ന തിയതി പ്രഖ്യാപിച്ചു. ഒരു പൂജാരിയുടെ അനിയന്ത്രിത ഇടപെടലുകളാണ് ആ ദിവസം തന്നെ ഉദ്ഘാടനം നടത്തണമെന്ന വിഷമവിശ്വാസത്തിലേയ്ക്ക് എത്തിച്ചത്. തീർത്തും മാനുഷിക കഴിവുകളെ പരിഗണിക്കാതെ ദൈവീകതയെ അന്ധമാക്കുന്ന തരത്തിലുള്ള വിശ്വാസ വാശികൾ! ഉദ്ഘാടനവുമായി ബന്ധപ്പെട്ട പൂജകൾ അതിരാവിലെ മൂന്ന് മണിക്കായിരുന്നു ക്രമീകരിച്ചിരുന്നത്. രാപ്പകലെന്യേ നെട്ടോട്ടത്തിലായിരുന്നു ഞങ്ങൾ.

ദൈവീകതയിലെ ഉത്സാഹം കെട്ടുപോകാതെയിരിക്കാനുള്ള മാനുഷികമായ തീവ്ര ഇടപെടലുകൾആയിരുന്നു ഞങ്ങളുടേത്.

അനുകൂല നിദ്രയിൽ ഒന്ന് വീണിട്ടും അവനവന്റെ ഉറക്കത്തിലെ ദൈവീകത മറ്റൊന്നിനെ സംരക്ഷിക്കുന്നതിന് വേണ്ടി നഷ്ടപ്പെടുത്തിയിട്ടും എത്രയോ ദിനങ്ങൾ കഴിഞ്ഞിരിക്കുന്നു.

ഉദ്വേഗഭരിതമായ ഉദ്ഘാടന ദിവസം വിരുന്നെത്തിയതിന്റെ തലേ നാൾ രാത്രി പതിനൊന്ന് മണി സമയം. വിശദമായ സൂക്ഷ്മ പരിശോധനയും വൃത്തിയാക്കലും തകൃതിയായി നടക്കുന്നു. പരമോന്നതാധികാരിയുടെ ഔദ്യോഗിക മുറിയടക്കം എല്ലാ ക്രമീകരണങ്ങളും പരിശോധിച്ചു മറ്റാരും അവിടേയ്ക്ക് കയറാതിരിക്കാൻ വാതിലുകൾ ഒന്നൊന്നായി അടച്ചു ഉറപ്പ് വരുത്തുകയായിരുന്നു ഞങ്ങൾ. പരിശോധന പൂർത്തിയാക്കി പ്രധാന കവാടവും അടച്ചു ഞങ്ങൾ പുറത്തിറങ്ങി.

ഞാൻ ഹംസത്തിന്റെ മുഖത്തേയ്ക്ക് ഒന്ന് നോക്കി. ചത്തു കിടന്ന അവന്റെ കണ്ണുകൾ അഭിമാനം കൊണ്ട് പ്രകാശിക്കുന്നുണ്ടായിരുന്നു. ഇടതട്ടിത്തെറിച്ചു ചില വാക്കുകൾ അവനിൽ നിന്നും വന്നു.

"എന്റെ സാറേ..., ഇൻ ഷ അള്ളാ... നമ്മള് അങ്ങനെ ഇത് ചെയ്തിരിക്കണ്... നിലത്ത് കിടന്ന് ഇനിയൊന്ന് ഒറങ്ങണം..."

ലോഹ്യങ്ങൾ പറഞ്ഞ ശേഷം പൂജാസമയത്തിനു വേണ്ടി ഞങ്ങൾ പിരിഞ്ഞു. കൃത്യസമയത്ത് പൂജ തുടങ്ങി. ഹോമകുണ്ഡത്തിലെ രേതസ്സ് ദൈവീകതയുടെ അംശമായി ചുറ്റും നിറഞ്ഞു. പൂജാരി ഓരോരോ മുറികളും തുറന്നു പൂജാകർമ്മങ്ങൾ നടത്തുകയായിരുന്നു. കർമ്മങ്ങൾ ഏറ്റവും അവസാനം നടത്തിയത് പരമോന്നതാധികാരിയുടെ ഔദ്യോഗിക മുറിയിലായിരുന്നു. പൂജയ്ക്കായി വാതിലുകൾ തുറക്കപ്പെട്ടു. എല്ലാവരും മുറിയിലേയ്ക്ക് പ്രവേശിച്ചു. കണ്ട കാഴ്ച്ച ഇപ്രകാരമായിരുന്നു. മുറിയുടെ നടുക്കായി സ്ഥാപിച്ചിരിക്കുന്ന മേശയുടെ മധ്യഭാഗത്തേയ്ക്ക് വെള്ളം മുകളിൽ നിന്നും ഇറ്റിറ്റ് വീഴുന്നു.

എന്റെ നെഞ്ചിലൂടെ ഒരു വാൾ കടന്നു പോയി; പൂജാരിയുടെ മുഖത്തെ മന്ദഹാസം സൃഷ്ടിയിലെ വൈകല്യം ജ്ഞാനദൃഷ്ടിയാൽ താൻ മുൻകൂട്ടി കണ്ടിട്ടുണ്ടായിരുന്നു എന്ന മട്ടിലായിരുന്നു. ഹംസത്തിന്റെ മുഖത്ത് അന്ന് ഞാൻ കണ്ട ഒരു ഭാവമുണ്ട്, വെള്ളം

കൊടുത്ത് ബിസ്മി ചൊല്ലി അറുക്കുന്നതിന് മുൻപ് അറവുകാരനെ ഇടങ്കണ്ണിട്ടു അവസാനമായി നോക്കുന്ന ആട്ടിൻകുട്ടിയെപ്പോലെ.

പരമോന്നതാധികാരിയുടെ ജ്വലിക്കുന്ന കണ്ണുകൾ എന്റെ നെറുകയിൽ പലപല ചിന്തകൾ കോറിയിട്ടു. വാനോളം പ്രശംസ അർഹിച്ചിരുന്ന ഹംസത്തിന്റെ പിരിച്ചു വിടൽ നടപടി, അതും എന്റെ കൈ കൊണ്ട്; പരമോന്നതാധികാരി എനിക്കെതിരെയെടുക്കുന്ന നടപടി, ഈ സൃഷ്ടിയുമായി ബന്ധപ്പെട്ട മറ്റ് നടപടി ക്രമങ്ങൾ, അങ്ങനെ പലതും.

ആരതിയുടെ ചുറ്റുമായി ജലസാന്നിധ്യത്തിൽ പരസ്പരം നോക്കി നിൽക്കുന്ന മൂന്ന് മതസ്ഥർ, ക്രിസ്ത്യാനിയായ ഞാൻ, മുസൽമാനായ ഹംസത്, ഹിന്ദുവായ പരമോന്നതാധികാരി. ഞങ്ങളുടെ ഇടയിലുള്ള പ്രപഞ്ചം തിരുത്തലുകൾക്കായി കാതുകൾ കൂർപ്പിച്ചു നിൽക്കുകയായിരുന്നു. പൊടുന്നനെ ഹംസത്തിന്റെ നാക്ക് മേലധികാരിയെ നോക്കി ഇങ്ങനെ വിതുമ്പി.

"സാർ, നിങ്ങടെ ഒരു ദൈവം ഉണ്ടല്ലോ, തലയിൽ നിന്നും വെള്ളം ചാടുന്ന ഒരു... ഒരു... ഇരിക്കുന്ന ദൈവം... പേര് കിട്ടണില്ല..."

"ശിവൻ ആണോ?", എന്റെ നാവും ചലിച്ചു.

"ഇൻ ഷ അള്ളാ അത്തന്നെ... മൂപ്പരുടെ എന്തോ ഒരു പ്രശ്നമുണ്ടോന്നൊരു സംശയം. ഒന്ന് നോക്കിക്കളയ്യീൻ..."

താന്ത്രിക വിധികളിലെ ഉപജീവനാവകാശം മനസിലാക്കിയ പൂജാരിയുടെ മണി ഉച്ചത്തിൽ ശബ്ദിക്കാൻ തുടങ്ങി.

കണ്ണുകളടച്ചു കൊണ്ട് പൂജാരി പറഞ്ഞു, "പ്രതിവിധിയ്ക്കായുള്ള പൂജകൾ ഉടനെ തന്നെ തുടങ്ങണം."

പൂജാവിധി കേട്ട ഞാൻ മേലധികാരിയെ നോക്കി.

ജ്വലിക്കുന്ന ആ കണ്ണുകളിൽ പുഞ്ചിരി വിരിയുകയായിരുന്നു; ആ പുഞ്ചിരി നടപടികൾക്കെതിരെയുള്ള വിടുതലിന്റെ താക്കോൽ ആയിരുന്നു. ചിരിയടക്കാൻ പാടുപെട്ട ആ വ്യക്തിത്വം ഇപ്രകാരം പറഞ്ഞു,

"ഗുണനിലവാരത്തിലെ ചോർച്ചയെ വെല്ലുന്നിതല്ലോ ബോധോദയത്തിലെ ചോർച്ചയേവതും!"

ധൃതിയിൽ കാര്യങ്ങൾ നിർവ്വഹിച്ചപ്പോൾ വന്നു പോയ ഒരു പിഴവ്, ജലസമ്മർദ്ദം താങ്ങാനുള്ള പൈപ്പുകളുടെ കഴിവ് ആ ഭാഗത്തു

പരീക്ഷിച്ചു നോക്കാത്തതായിരുന്നു പ്രശ്നകാരണം.

രാപ്പകലെന്യേ ഒരു സൃഷ്ടിക്കു വേണ്ടി കഠിനമായി അദ്ധ്വാനിച്ചപ്പോൾ അവൻ പോലും അറിയാതെ അവന്റെ നാക്കിൽ ഉടലെടുത്ത ആ സ്പന്ദനങ്ങളാണ് പ്രകൃതിനീതിയെ ഒരു സാധ്യതയാക്കി നമ്മുടെ മുന്നിൽ നിലനിറുത്തിയത്.

13

തിമിരം

തൊഴിലിനെ ആളുന്നവൻ തൊഴിലാളിയും, തൊഴിലാളിയെ ആളുന്നവൻ യജമാനനും എന്ന തിമിരശാസ്ത്രം പല തൊഴിൽ മേഖലകളിലും സജീവമായും ദൃഢമായും സൂക്ഷ്മമായും നിലനിന്നിരുന്നത്, അക്കാലങ്ങളിലുണ്ടായിരുന്ന യജമാനന്മാർ നീതിബോധത്തോടെയും വൈജ്ഞാനിക നിലപാടുകളോടെയും തൊഴിലാളികളോട് ഇടപഴകിയിരുന്നത് കൊണ്ടായിരിക്കാം എന്നതാണ് എന്റെ അനുമാനം. മേൽപ്പറഞ്ഞ തിമിരശാസ്ത്രത്തിലുണ്ടായ ആ ഊഷ്മള ബന്ധത്തെ തൊഴിലാളികൾ ബോധപൂർവ്വം ആസ്വദിക്കുകയും സവിനയം ബഹുമാനിക്കുകയും ചെയ്തിരുന്നത്

തൊഴിലാളികളുടെ വൈകാരികതകളെ അവരുടെ യുക്തിബോധമായി വില കല്പിച്ചിരുന്നത് കൊണ്ടാണ്. യജമാനന്റെ നിലപാടുകൾ, വ്യക്തിഗത ആട്ടലുകൾ, തന്നിഷ്ട രീതികൾ തുടങ്ങിയവ തൊഴിലാളികൾ ഒരു കരുതലായി മാത്രം കണ്ടിരുന്നത് അതിലെ സ്നേഹത്തിന്റെ അംശങ്ങളെ തിരിച്ചറിഞ്ഞിട്ടായിരുന്നു. യജമാനനിലെ തൊഴിലാളിയും തൊഴിലാളിയിലെ തൊഴിൽ പരിചയ കർത്താവും പരസ്പരം പൂരകങ്ങളായിട്ടായിരുന്നു അക്കാലത്ത് സഹകരിച്ചുകൊണ്ടിരുന്നത്.

കാലങ്ങൾ മാറി, യജമാനനിൽ നിന്നും പിൻതലമുറ കാര്യങ്ങൾ ഏറ്റെടുക്കാൻ തുടങ്ങി. ഇത്തരത്തിലുള്ള പുതുമക്കാരുടെ വൈജ്ഞാനിക തലത്തെ പൊരുത്തക്കേടുകൾ, നീതിബോധത്തിലെ നിരുത്തരവാദ നിലപാടുകൾ, സ്വയം പ്രഖ്യാപിത യജമാനത്വ ചിന്താഗതി, തൊഴിൽ പരിചയ കർത്താക്കളോടുള്ള അവജ്ഞ തുടങ്ങിയവ അവരുടെ വ്യക്തിത്വങ്ങളിലൂടെ വെളിപ്പെട്ടപ്പോൾ, തൊഴിലാളികൾ ഈ തിമിരശാസ്ത്രത്തെ തങ്ങളുടേതായ ഉൾക്കാഴ്ചകളോടെ അവലോകനം ചെയ്യാനും യഥാർത്ഥ കാഴ്ചകൾക്ക് വഴിയൊരുക്കുവാനും തുടങ്ങി. ഇത്തരം സാഹചര്യത്തിലുണ്ടായ ഒരു സംഭവം ഇപ്രകാരമാണ്. ഇതിലെ കഥാപാത്രത്തിന്റെ പേര് സാനു.

1980 കാലഘട്ടം. കേരളാതിർത്തിക്കും തമിഴ്നാടതിർത്തിക്കും തൊട്ടടുത്തായി സ്ഥിതി ചെയ്യുന്ന ഒരു ആതുര ശുശ്രൂഷാലയം, അതിന്റെ മേൽനോട്ടമായിരുന്നു സാനുവിന്റേത്. സ്വന്തം ചോരയിലും നീരിലും ആ സ്ഥാപനത്തെ കെട്ടിപ്പടുത്ത അതിന്റെ ഉടമസ്ഥയായിരുന്നു സാനുവിന്റെ മേലധികാരി. തന്റേടിയായ ആ സ്ത്രീയെ തൊഴിലാളികൾ ഒന്നടങ്കം ആദരിക്കുകയും ബഹുമാനിക്കുകയും തങ്ങളുടെ യജമാനത്തിയായി കരുതുകയും ചെയ്തിരുന്നു. കാലങ്ങൾ കടന്നു പോയി. പുതു തലമുറയുടെ അവസരങ്ങൾ വിരുന്നെത്തി. മേലധികാരിയുടെ മകളുടെ ഭർത്താവ് വിദേശ പഠനം കഴിഞ്ഞു ആ സ്ഥാപനത്തിലെ ചുതലകൾ ഏൽക്കാനായി എത്തി. വിദേശ പഠനം വിദൂര സ്വപ്നമായിരുന്ന തൊഴിലാളികളുടെ അന്തസത്തയെ ശിഥിലമാക്കുന്ന തരത്തിലുള്ള ആംഗലേയ പദപ്രയോഗങ്ങളിലൂടെ അദ്ദേഹം തന്റെ ആധികാരികത

വെളിപ്പെടുത്തിക്കൊണ്ട് ഭരണ പ്രവർത്തനങ്ങൾ ആരംഭിച്ചു. അത്രയും കാലം വിശ്വസ്തരായി നിന്ന പലരും അന്യപ്പെട്ടു, കൂട്ടത്തിൽ സാനുവും. സാനുവിന്റെ പല ഇടപാടുകളും ചോദ്യം ചെയ്യപ്പെട്ടു. മുൻകാലങ്ങളിൽ അവൻ നടത്തിയിരുന്ന നടപടിക്രമങ്ങളുടെ വിശ്വാസ്യത, പഴമയുടെ മുന്നിലെ അർച്ചനകൾ മാത്രമായി വിലയിരുത്തപ്പെട്ടു. കാലത്തിനനുസരിച്ചുള്ള മുന്നേറ്റം, പഴമയുടെ ക്ഷേത്രനടയിൽ വിശ്വസ്തരെന്നു നടിക്കുന്നവരുടെ പ്രബലതയാൽ ബന്ധിക്കപ്പെട്ടിരിക്കുന്നതിനാൽ, സമൂല ശുദ്ധികലശം ആവശ്യമാണെന്ന വാദഗതി അദ്ദേഹത്തിൽ നിന്നും ഉയർന്നു.

ഇത്തരത്തിൽ പുകമയമായ ഒരു ദിവസം; റേഡിയോളോജി വിഭാഗത്തിന്റെ പുനർനിർമ്മാണവുമായി ബന്ധപ്പെട്ട് എക്സ്റേ മുറിയുടെ വാതിലിൽ ഒരു സംരക്ഷണ കവചം പിടിപ്പിക്കുവാനായി ലെഡ് എന്ന ലോഹം വാങ്ങിക്കുവാൻ മേലധികാരി സാനുവിനെ ഏർപ്പാടാക്കി. പല കച്ചവടക്കാരിൽ നിന്നും വിലവിവരം ശേഖരിച്ചതിനു ശേഷം, വ്യക്തമായ വിലപേശലിലൂടെ, പേശിയുറപ്പിച്ച വിലയിൽ ലെഡ് എന്ന ലോഹം കൊണ്ടുവരാനുള്ള അനുമതി സാനു ഒരു കച്ചവടക്കാരന് നൽകി. പിറ്റേ ദിവസം, മുൻനിര ആശുപത്രി ജീവനക്കാരുടെ യോഗത്തിൽ വച്ച്, സാനു പേശിയുറപ്പിച്ച വിലയെ ആ മരുമകൻ നിശിതമായി വിമർശിക്കുകയും, അതിലും ആയിരക്കണക്കിന് രൂപ താഴ്ന്ന വിലയ്ക്ക് താൻ സാധനം ആശുപത്രിയിൽ എത്തിച്ചതായി അറിയിക്കുകയും, അതിന്റെ രേഖ മേലധികാരിക്ക് സമർപ്പിക്കുകയും ചെയ്തു. സാനുവിന്റെ കെടുകാര്യസ്ഥതയെയും പിടിപ്പുകേടിനെയും നിശിതമായി വിമർശിച്ച മേലധികാരി സ്ഥാപനത്തിന്റെ വളർച്ചയെ മുൻകണ്ട് പ്രവർത്തിക്കണമെന്ന താക്കീത് അവന് നൽകി. തുടർന്ന്, വാതിലിന്റെ പണിക്കായി ബന്ധപ്പെട്ടവർ എത്തി; മരുമകൻ വിലപേശി വാങ്ങിച്ച സാധനവുമായി അവർ മേലധികാരിയ്ക്ക് മുന്നിലെത്തി; സാധനം കണ്ട മേലധികാരിയുടെ കണ്ണുകൾ ബൾബ് കണക്കെ വികസിച്ചു. ഒരു ചാക്ക് നിറയെ എൽ.ഇ.ഡി ബൾബുകൾ... മരുമകൻ ലെഡിനെ ആംഗലേയ തലത്തിൽ തെറ്റിദ്ധരിച്ചതായിരുന്നു കാരണം. സാനുവിന് പത്തു ദിവസം ശമ്പളത്തോടുകൂടെയുള്ള അവധി നൽകിയായിരുന്നു മേലധികാരി അവനെ സംതൃപ്തനാക്കിയതും തന്റെ മരുമകനെ

സംരക്ഷിച്ചതും.

എന്നാൽ ഈ സംഭവം പല കാര്യങ്ങളുടെയും തുടക്കമായിരുന്നു...

വീഴ്ചകളിൽ താങ്ങുവാനുള്ള ശേഷി തൊഴിലാളികൾക്കുണ്ടായിരുന്നു; എന്നാൽ അംഗീകരിച്ചു അംഗീകാരം നേടുക എന്ന സ്ഥിതിയെ അന്യം നിറുത്തി ആ മരുമകന്റെ വ്യക്തിത്വം തന്നിഷ്ട്ടത്തോടെ യാത്ര തുടരുകയായിരുന്നു. ഒരു ദിവസം അദ്ദേഹത്തെ കാണാനായി ചിലർ വന്നു. അവരെ സ്വീകരിക്കാനുള്ള നിർബന്ധം സാനുവിന്റെ മേൽ ഏൽപ്പിക്കപ്പെട്ടു. സാനുവും സരസനായ മറ്റൊരു സഹപ്രവർത്തകനും കൂടെ അതിഥികളെ സ്വീകരിക്കുവാൻ എത്തി. പലതരം തൊഴിൽ മേഖലയിലെ അഗ്രഗണ്യരായിരുന്നു അവർ. സ്വീകരണ ശേഷം എല്ലാവരും ചേർന്ന് കാര്യാലയത്തിലേയ്ക്ക് നടക്കുകയായിരുന്നു. കാണാനായി വന്നവർ അദ്ദേഹത്തിന്റെ വിദ്യാഭ്യാസ യോഗ്യതയെപ്പറ്റിയും പ്രവർത്തി പരിചയത്തെപ്പറ്റിയും സാനുവിനോടും മറ്റേ വ്യക്തിയോടും ചോദിച്ചു മനസിലാക്കാൻ ശ്രമിക്കുകയായിരുന്നു... സരസനായ സഹപ്രവർത്തകന്റെ മറുപടി ഇപ്രകാരമായിരുന്നു,

"സാറ് അടിപൊളിയാ ... എം.ബി.എ യാ... ഊക്കൻ എം.ബി.എ... യൂക്കൻ എം.ബി.എ..."

പൊടുന്നനെ ചോദ്യഭാവത്തിലേയ്ക്കു തിരിഞ്ഞ അവർ അത് ഉന്നയിക്കാൻ തുടങ്ങുന്നതിന് മുൻപേ അദ്ദേഹത്തിന്റെ കാര്യാലയത്തിന് മുൻപിലെത്തി. അവിടെ ആധികാരികത വെളിപ്പെടുത്തുന്ന ഒരു ബോർഡ് അവർ കണ്ടു. ആ ബോർഡിൽ പേരിനു താഴെ ഇപ്രകാരം എഴുതിയിരിക്കുന്നു, എം.ബി.എ(യു.കെ). അപ്പോഴാണ് അവർക്ക് ഊക്കൻ എം.ബി.എ യുടെ അർത്ഥം തിരിഞ്ഞു കിട്ടിയത്.

ദിവസങ്ങൾ കടന്നു പോയി. അതൊരു ഞായറാഴ്ച ദിവസമായിരുന്നു. തനിക്കു കിട്ടുന്ന സി.സി. ടി. വി ദൃശ്യങ്ങൾ തത്സമയ ദൃശ്യങ്ങൾ അല്ലായെന്ന് തന്റെ കൂട്ടുകാരനിൽ നിന്നും മരുമകൻ മനസിലാക്കിയ ദിവസം. കൂട്ടുകാരൻ അന്വേഷിച്ചു വന്ന വ്യക്തി അന്നേ ദിവസം അവധി ആയിരുന്നിട്ടും സി.സി. ടി. വി മോണിറ്ററിൽ പ്രത്യക്ഷപ്പെട്ടതായിരുന്നു ആ തിരിച്ചറിവിന് കാരണം. ദേഷ്യം കൊണ്ട് പരവശനായ അദ്ദേഹം അന്വേഷണത്തിനും നടപടി

ക്രമങ്ങൾക്കുമായി സാനുവിനെ വിളിച്ചു വരുത്തി. കൗശലക്കാരനായിരുന്ന ഐ.ടി മേധാവിയായിരുന്നു അതിനു കാരണം. കാര്യം അറിഞ്ഞെത്തിയ മേലധികാരി കമ്പ്യൂട്ടർ മുറി തുറക്കാനും മുറി തുറന്ന ശേഷം സെർവർ കമ്പ്യൂട്ടറിന്റെ പാസ്സ് വേർഡ് ഉപയോഗിച്ച് അതിൽ നോക്കാനും സാനുവിനോട് ആവശ്യപ്പെട്ടു. സാനു തനിക്കറിയാവുന്ന പാസ്സ് വേർഡ് ഉപയോഗിച്ച് അത് തുറക്കാൻ ശ്രമിക്കുകയും പരാജയപ്പെടുകയും ചെയ്തു. സാനു തന്റെ മേലധികാരിയുടെ മുന്നിൽ വച്ച് ഐ.ടി മേധാവിയെ വിളിച്ചു. എന്നാൽ അയാൾ പാസ്സ് വേർഡ് നൽകാൻ തയ്യാറല്ലായിരുന്നു.

കോപം കൊണ്ട് വിറച്ച മേലധികാരി മരുമകനെയും സാനുവിനെയും തന്റെ വാഹനത്തിൽ കയറ്റി ഐ.ടി മേധാവിയുടെ വീട്ടിലേയ്ക്കു ഉടൻ തന്നെ യാത്രയായി. വീട്ടു വളപ്പിൽ ആശുപത്രി വാഹനം കണ്ട ഐ.ടി മേധാവി അർദ്ധപ്രജ്ഞനനായി കൈകൾ തൊഴുത് തരിച്ചു നിന്നു. മേലധികാരിയുടെ നിർദ്ദേശ പ്രകാരം വാഹനത്തിൽ നിന്നും ഇറങ്ങിയ സാനു പാസ്സ് വേർഡ് വീണ്ടെടുക്കാനായി അയാളുടെ സമീപത്തെത്തി. പാസ്സ് വേർഡ് വീണ്ടെടുത്ത സാനു വാഹനത്തിൽ കയറി,

"എന്താടോ പാസ്സ് വേർഡ്, അവനെന്താ ഈ പരുങ്ങുന്നേ?"

"മാഡം, അയാൾ അത് പറഞ്ഞു തന്നിട്ടുണ്ട്, നമുക്ക് ആശുപത്രിയിൽ പോകാം" സാനു മറുപടി പറഞ്ഞു.

"എന്താടോ പാസ്സ് വേർഡ്"

“അത് പറഞ്ഞു തന്നിട്ടുണ്ട്..., നമുക്ക് ആശുപത്രിയിൽ പോകാം, മാഡം”, സാനു വീണ്ടും മറുപടി പറഞ്ഞു.

“എന്റെ ആശുപത്രിയിലെ എന്റെ കമ്പ്യൂട്ടറിന്റെ കാര്യമാ; ഞാൻ കിടന്നു കേഴണോ, നിങ്ങൾ എന്താ ഈ കളിക്കുന്നേ? എല്ലാത്തിനെയും പിരിച്ചു വിടണം, വണ്ടി നിറുത്തടാ " മേലധികാരി ആക്രോശിച്ചു കൊണ്ട് വാഹനത്തിൽ നിന്നും ഇറങ്ങി ഐ.ടി മേധാവിയുടെ അടുത്തേയ്ക്ക് വേഗത്തിൽ നടന്നു.

ഭയചകിതനായ ഐ.ടി മേധാവി വീടിനകത്തേയ്ക്ക് പോകുകയും അല്പസമയം കഴിഞ്ഞു പുറത്തേയ്ക്കു വരികയും ചെയ്തു. രണ്ടു കവറുകൾ അയാളുടെ കയ്യിൽ സാനു കണ്ടു. അതിൽ ഒന്നിൽ അയാളുടെ രാജിക്കത്തും മറ്റേതിൽ പാസ്സ് വേർഡും ആയിരുന്നു.

വാഹനത്തിലെത്തിയ മേലധികാരിയോട് മരുമകൻ,

"ആന്റീ, പാസ്സ് വേർഡ് എന്തായിരുന്നു? എന്താ ഈ കവറുകളിൽ?"

"അവൻ രാജി വച്ചെടോ! പാസ്സ് വേർഡ് അയാൾ എഴുതി തന്നിട്ടുണ്ട്, നമുക്ക് ആശുപത്രിയിൽ പോകാം."

"ആന്റിയും സാനുവിനെപ്പോലെ സംസാരിക്കുന്നതെന്താ; ഞാൻ ഇടപെടണോ? സംസ്കാര ശൂന്യരിൽ നിന്നും സംസ്കാരമില്ലാത്ത പദങ്ങൾ മാത്രം പ്രതീക്ഷിച്ചാൽ മതി! നമ്മുടെ ദൈവങ്ങളെ അപകീർത്തിപ്പെടുത്താൻ പോലും ഇക്കൂട്ടർ ശ്രമിക്കും!"

അതിന് മറുപടിയായി ചില വാചകങ്ങൾ മേലധികാരിയുടെ വായിൽ നിന്നും അടർന്നു വീണത് സാനുവിന്റെ കാതുകളിൽ പതിച്ചു.

"പാസ്സ് വേർഡ് പുതുതലമുറയുടെ അദൃശ്യമായ വിപ്ലവായുധമാണ്. മറ്റുള്ളവർക്ക് അജ്ഞാതമായതും എന്നാൽ സ്വന്തം ഉൾക്കാഴ്ചയിലും ഓർമ്മയിലും എപ്പോഴും തെളിയുന്ന ഒന്ന്... തിമിരങ്ങളുടെ അന്തകൻ! നമുക്ക് പോകാം."

കൊടും നിശ്ശബ്ദതയായിരുന്നു ആശുപത്രിയിൽ എത്തുന്നതു വരെ.

അവർ മൂവരും ആശുപത്രിയിലെത്തി.

സാനു കമ്പ്യൂട്ടർ മുറിയിലേയ്ക്ക് കയറി ഇപ്രകാരം തന്റെ വിരലുകളെ ചലിപ്പിച്ചു.

പൊട്ടൻസിഇഒ987#

പുറത്തു നിന്ന മേലധികാരി ഉൾക്കാഴ്ച കിട്ടിയ നിറകണ്ണുകളോടെ കയ്യിൽ പിടിച്ചിരുന്ന കവറുകൾ കീറി ചവറ്റുകുട്ടയിൽ എറിയുകയായിരുന്നു!

14

രൂപക്കൂട്ടിലെ വിസ്മയം

ചില നിമിഷങ്ങൾ മൂല്യമുള്ളതും സ്മൃതികളിൽ തങ്ങി നിൽക്കുന്നതുമായി മാറുന്നത് ആ നിമിഷത്തിലേയ്ക്ക് കടന്നു വരുന്ന എല്ലാ അർത്ഥങ്ങളും ഒരുമിച്ചു ചേർന്ന് അതൊരു വിസ്മയം ആകുമ്പോൾ ആണ്. എന്നാൽ വിസ്മയത്തിന്റെ കണങ്ങൾ പ്രേക്ഷിതനിലും പ്രേക്ഷകനിലും ഉളവാക്കുന്ന അന്തരമാണ് അതിലെ അന്തസ് നിർണ്ണയിക്കുന്നത്. പ്രവർത്തന മേഖലയിൽ നടന്ന അത്തരമൊരു സംഭവം ഇപ്രകാരമായിരുന്നു. ഭരണ നിർവഹണവുമായി ബന്ധപ്പെട്ട പഠിത്തം കഴിഞ്ഞു അഞ്ചു വർഷത്തെ പ്രവൃത്തി പരിചയം നേടിയ ശേഷം തുടർന്ന് ലഭിച്ച ജോലി കേരളത്തിന്റെ തെക്കേ അറ്റത്ത് ഉള്ള ഒരു ആശുപത്രിയിൽ ആയിരുന്നു. തങ്ങളുടേതായ പ്രവർത്തന മേഖലയിൽ വളരെയധികം കഴിവ്

തെളിയിച്ചിട്ടുള്ള ഒരു കൂട്ടം മുതിർന്ന ഉദ്യോഗസ്ഥരായിരുന്നു കൂട്ടു ജീവനക്കാർ. ശാരീരിക വളർച്ചയിലെ വിളർച്ചയും പക്വത ഇല്ലായ്മയുടെ ദുർമേദസ്സും ശരീരത്തിലും മുഖത്തിലും പ്രകടമായിരുന്നതിനാൽ കാര്യനിർവ്വഹണ സാധ്യതയിൽ ഒരു ചള്ളിന്റെ അതായത് ഒരു പൈതലിന്റെ ഗൗരവമായിരുന്നു അവർ എനിക്ക് തന്നിരുന്നത്. കേന്ദ്ര സർക്കാർ സ്ഥാപങ്ങളിൽ നിന്ന് വിരമിച്ച ശേഷം ആശുപത്രി ഭരണ നിർവഹണത്തിലേയ്ക്ക് കടന്ന് വന്നവരായിരുന്നു കൂട്ടു ജീവനക്കാർ. അവഗണനയുടെ ആഴം മനസിലാക്കിക്കാൻ പോന്ന ഒരു ഉദാഹരണം ഇങ്ങനെയാണ്; ആശുപത്രിഭരണവുമായി ബന്ധപ്പെട്ട മുൻനിര ഉദ്യോഗസ്ഥരുടെ ആഴ്ചതോറുമുള്ള യോഗത്തിൽ ഞാനും പങ്കെടുക്കുകയായിരുന്നു. അന്ന് തീരുമാനിച്ചിരുന്നത് വളരെ പ്രധാനപ്പെട്ട ഒരു കാര്യത്തെപ്പറ്റിയുള്ള ചർച്ചയായിരുന്നു. മേലധികാരി യോഗത്തിൽ എത്തുകയും ചർച്ചകൾ ആരംഭിക്കുകയും ചെയ്തു. പൊടുന്നനെ ഒരു മുതിർന്ന ഉദ്യോഗസ്ഥൻ എഴുന്നേറ്റ് കൂട്ടത്തിലിരിക്കുന്നവരിൽ ഏറ്റവും പ്രായം കുറഞ്ഞ എന്നെ നോക്കിയിട്ട് മേലധികാരിയോട് അല്പം ഉച്ചത്തിൽ,

"അതേയ്, സർക്കാർ സേവനങ്ങളിൽ ഇരുന്ന് തഴമ്പിച്ചു നേടിയെടുത്ത അനുഭവ സമ്പത്താണ് പ്രശ്നങ്ങളെ ലഘൂകരിക്കാനും നേരിടാനും വേണ്ടി ഇവിടെ ചർച്ച ചെയ്യുന്നത്, പക്വതയില്ലായ്മ ഉൾപ്പെട്ട സദസ്സിൽ അതെല്ലാം വെളിപ്പെടുത്തി ആ തഴമ്പുകളെ വിലയില്ലാത്തത് ആക്കി മാറ്റണോ"

അദ്ദേഹത്തിന്റെ അനുമാനം ശരിയാണെന്ന മട്ടിൽ കൂടെയുള്ളവർ ചിരിയും തുടങ്ങി. പ്രതികരിക്കാൻ പോലും അവസരമില്ലാത്തവനായി ചടഞ്ഞിരുന്ന എന്നെ നോക്കിയിട്ട് മേലധികാരി ഉദ്യോഗസ്ഥരോടായി പറഞ്ഞു. "ഈ സാർ പറഞ്ഞത് ശരിയാ. ഒരു ആയാസവുമില്ലാതെ ഇവന് പല അറിവും കിട്ടും."

മേലധികാരിയും അങ്ങനെ പറഞ്ഞപ്പോൾ ഞാൻ ഇരിപ്പിടത്തിൽ നിന്നും അറിയാതെ എഴുന്നേറ്റു.

"ഇയ്യാൾ അവിടെ ഇരിക്കെടോ!", മേലധികാരി എന്നോടു നിർദ്ദേശിച്ച ശേഷം തന്റെ വലത്ത് വശത്തേയ്ക്ക് തിരിഞ്ഞു, "എന്റെ സാറെ, സാറിന്റെ തഴമ്പിൽ ചെക്കന്റെ കൂമ്പ് വളർന്ന് തലയ്ക്ക് മുകളിൽ കായ്ക്കുകയാണേൽ അതൊന്നു കാണണമല്ലോ,

ഒന്നുമില്ലേൽ കുനിയാതെ നിവർന്നു നിന്ന് വെട്ടാല്ലോ!" മേലധികാരിയുടെ അപ്രതീക്ഷിത വാക്കുകൾ യോഗത്തിൽ കൊടും നിശബ്ദത പരത്തി. ഒരു മേലധികാരിയോട് എനിക്ക് പ്രത്യേകതരം മമത തോന്നിയ വിസ്മയ നിമിഷങ്ങളായിരുന്നു അത്. മാസങ്ങൾ കടന്ന് പോയി, വളരെ പെട്ടെന്ന് തന്നെ ഞാൻ മേലധികാരിയുടെ വിശ്വസ്തനായി മാറി.

എല്ലാ തരം പ്രസ്ഥാനങ്ങളിലും മുൻപരിചയത്തെ ആശ്രയിച്ചു ക്രമേണ വേരാഴ്ന്നിറങ്ങുന്ന അധികാരത്തിന്റെ ഒരുതരം വിഷഗർവ് ഉണ്ട്. സമാന്തര ഭരണം എന്നാണ് ഇതിനെ പറയുന്നത്. പല സ്ഥാപനങ്ങളുടെയും അഭിവൃദ്ധിയ്ക്കും വളർച്ചയ്ക്കും തടസ്സമായി മാറുന്ന ചുവപ്പ് നാടയാണത്. മേലധികാരികൾക്കും കീഴ്ജീവനക്കാർക്കും ഇടയിൽ ഒരു സമാന്തര വിള്ളൽ സൃഷ്ടിച്ചു മുൻനിര നേതാവ് എന്ന് അർഹതപ്പെടുന്നയാൾ സ്വന്തം രീതികൾക്കനുസരിച്ചു ഭരണ വേഗത്തിനാവശ്യമായ ഫയലുകളെയും കീഴ്ജീവനക്കാരെയും നിയന്ത്രിക്കുന്ന അവസ്ഥയാണത്. കീഴ്ജീവനക്കാരെ സംരക്ഷണ ബോധ്യം നൽകി ചേർത്തു നിറുത്തുന്നതിനാൽ അവർ അടിമപ്പെടാനുള്ള സാധ്യത വളരെ കൂടുതലാണ് ഈ രീതിയിൽ. എന്നോട് അഭിപ്രായ വ്യത്യാസം ഉണ്ടായിരുന്ന ആ ഉദ്യോഗസ്ഥനും സമാന്തര ഭരണനിർവ്വഹണത്തിലേയ്ക്ക് ആഴ്ന്നിറങ്ങി.

അങ്ങനെയിരിക്കെ ഒരു ദിവസം മേലധികാരി രാത്രി എട്ടു മണിയ്ക്ക് എന്നെ വിളിച്ചിട്ട് തൊട്ടടുത്ത ദിവസം ഒൻപത് മണിയ്ക്ക് മുൻപായി ആശുപത്രി കാര്യാലയത്തിന് അടുത്ത കെട്ടിടത്തിൽ ശീതീകരണ സംവിധാനത്തോട് കൂടിയ ഒരു മുറി സജ്ജമാക്കാൻ പറഞ്ഞു. വളരെയേറെ മിടുക്കരായ സംവിധാനകർത്താക്കളും പണിക്കാരും കൂടെ ഉള്ളത് കൊണ്ട് എനിക്കാ പണി ഭാരമായി തോന്നിയില്ല. ഒരേയൊരു കാര്യം മാത്രമേ ഞാൻ ശ്രദ്ധിച്ചുള്ളൂ, മേലധികാരി നിർദ്ദേശിക്കുന്ന സൗകര്യങ്ങൾ സജ്ജമാക്കുക. പറഞ്ഞ സമയത്തിനുള്ളിൽ തന്നെ പണി പൂർത്തിയായി. അന്നേ ദിവസം മേലധികാരി എന്നെയും കൂട്ടി സമാന്തര ഭരണം നടത്തുന്ന ആ ഉദ്യോഗസ്ഥന്റെ ഔദ്യോഗിക മുറിയിൽ എത്തി.

മേലധികാരി: "അയ്യോ സാറേ, സേവനങ്ങളുമായി ബന്ധപ്പെട്ട് പണം വാങ്ങുന്ന സ്ഥലങ്ങളിലെല്ലാം പ്രശ്നങ്ങൾ ആണ്, തിരിമറികൾ നടക്കുന്നു"

അതിനു ശേഷം ഒരു നിമിഷം എന്റെ മുഖത്തേയ്ക്ക് നോക്കിയിട്ട്,

"ഈ ചെറുക്കനെയും ഞാൻ വിട്ട് നോക്കി, ഒരു രക്ഷയും ഇല്ല; ആരൊക്കെയോ ഇതിന്റെ പിന്നിലുണ്ട്, സാർ ഇറങ്ങണം, എന്നാലേ രക്ഷയുള്ളൂ..."

ഉദ്യോഗസ്ഥൻ: "അതൊക്കെ ചെയ്യാൻ സന്തോഷമേ ഉള്ളൂ, സർക്കാരിലായിരുന്നപ്പോൾ എന്തൊക്കെ ചെയ്തിരിക്കുന്നു. പക്ഷെ ഇത് അടുത്ത കെട്ടിടത്തിലല്ലേ?"

മേലധികാരി : "സാറ്, ഒന്നിനെയോർത്തും വിഷമിക്കേണ്ട, അവിടെയും സാറിനൊരു ഔദ്യോഗിക മുറി തയ്യാറാക്കിയിട്ടുണ്ട്, സാർ വന്നു ആ മുറി ഒന്ന് നോക്കണം, എന്തേലും കുറവുണ്ടേൽ പറയണം, ഈ ചെറുക്കൻ കൂടെ ഉണ്ടല്ലോ, ഇവനെയാ ഞാൻ ജോലി ഏൽപ്പിച്ചത്"

അങ്ങനെ എല്ലാവരും ചേർന്ന് അടുത്ത കെട്ടിടത്തിലേയ്ക്ക് നീങ്ങി. അപ്പോഴേക്കും മുറി വെഞ്ചരിക്കാനായി പുരോഹിതന്മാരും എത്തി.

വെഞ്ചരിപ്പ് കഴിഞ്ഞു മേലധികാരി എന്റെ നേർക്ക് തിരിഞ്ഞു അല്പം ഈർഷ്യ ഭാവത്തിൽ,

"എടൊ, ഇയ്യാള് കൊള്ളാല്ലോ, ഓ... ആഹ്... നീ സാറിന്റെ ആളാ അല്ലെ? എന്റെ മുറിയിലെ ജന്നൽ ശീലകൾക്കു പോലും ഇത്ര ഭംഗി ഇല്ലല്ലോടോ! എത്ര ഭംഗിയുള്ള ചവിട്ട് മെത്തയാ! കൊള്ളാം കൊള്ളാം; എന്നാൽ ശരി; സാറ് പണി തുടങ്ങിക്കോ." മേലധികാരി തിരിഞ്ഞു നടന്നു.

മുറിയിൽ കയറിയ ഉദ്യോഗസ്ഥൻ പെട്ടെന്ന് പുറത്തേയ്ക്കിറങ്ങി പിന്നിൽ നിന്നും ആക്രോശിച്ചു.

"അതേയ്, പിള്ളേരെ പണി ഏൽപ്പിച്ചാൽ ഇങ്ങനെയിരിക്കും; കണ്ടില്ലേ കൃത്യനിർവഹണത്തിന് അത്യാവശ്യമായ കമ്പ്യൂട്ടറും ഫോണും വച്ചിട്ടില്ല, അത് ബന്ധിപ്പിക്കേണ്ട സംവിധാനവും ചെയ്തിട്ടില്ല! ഇവനെയൊക്കെ ജോലിയിൽ നിന്നും പിരിച്ച് വിടണം."

മേലധികാരി തിരിഞ്ഞു നിന്നു, നോട്ടം എന്റെ നേർക്കായി; കണ്ണുകൾ ചുവന്ന് തുടുക്കുന്നുണ്ടായിരുന്നു.

ഞാനാകെ നില വിട്ട് പരുങ്ങലിലായി. ഞാൻ അതിനെപ്പറ്റി ഒട്ടുമേ ചിന്തിച്ചില്ലായിരുന്നു. മേലധികാരിയുടെ നിർദ്ദേശങ്ങൾ മാത്രമാണ് ഞാൻ ശ്രദ്ധിച്ചത്. എന്റെ നോട്ടക്കുറവിലെ അപാകത എന്നെ ലജ്ജിതനാക്കി. വളരെ വേഗത്തിൽ മുന്നോട്ടു വന്ന മേലധികാരി തന്റെ കൈ എന്റെ തോളിന്മേൽ വച്ചു. ജ്വലിക്കുന്ന കണ്ണുകൾ എന്നിൽ നിന്നും മാറ്റി ആ നോട്ടം ഉദ്യോഗസ്ഥനിലേയ്ക്കാക്കി.

"അവിടെ ഇരിക്ക് സാറേ! കമ്പ്യൂട്ടറും ഫോണുമൊക്കെ വരുന്നതിന് മുൻപും ഇല്ലായിരുന്നോ കാര്യനിർവഹണം? ആശയവിനിമയം നടത്താൻ സമാന്തരമായി കത്തെഴുതിയാൽ മതിയല്ലോ സാറേ. ഇത് എന്റെ ചെറുക്കൻ, അവനറിയാം എന്റെ അനാവശ്യ വാക്കുകളിൽ നിറഞ്ഞിരിക്കുന്ന ആവശ്യകത. നിമിഷങ്ങൾ മൂല്യമുള്ളതായി മാറുന്നത് ആ നിമിഷത്തിലേയ്ക്ക് കടന്നു വരുന്ന എല്ലാ അർത്ഥങ്ങളും ഒരുമിച്ചു ചേർന്ന് അതൊരു വിസ്മയം ആകുമ്പോഴാണ്, ഈ നിമിഷം സ്ഥാപനത്തിന് മൂല്യമുള്ളതാണ് സാറേ" ഭരണതന്ത്രങ്ങളിലെ ശൗര്യം വെളിപ്പെടുത്തിക്കൊണ്ട് മേലധികാരി നടന്നു നീങ്ങി. പെട്ടെന്ന് എന്തോ പന്തികേട് മണത്ത ആ ഉദ്യോഗസ്ഥൻ തന്റെ പഴയ കാര്യാലയത്തിലേയ്ക്ക് ഓടി, പുറകെ ഞാനും; ആശ്ചര്യം എന്ന് പറയട്ടെ അവിടെ അദ്ദേഹത്തിന്റെ മുറി ഉണ്ടായിരുന്നില്ല!

തിരിച്ചു വന്ന് തന്റെ പുതിയ ഔദ്യോഗിക ചില്ല് മുറിയിലെ കസേരയിൽ ഇരുന്നപ്പോൾ അദ്ദേഹം എല്ലാവരുടെയും കണ്ണുകളിൽ രൂപക്കൂട്ടിലെ പ്രതിമയായി മാറി. അകത്തിരുന്ന് പുറമെ ഉള്ളവരോട് ഇടപെടാൻ പറ്റാത്ത പ്രതിമ.

തന്റെ മുറിക്കു സമാന്തരമായി കടന്നു പോകുന്ന ജീവനക്കാർ മുറിക്കകത്തു പ്രവേശിക്കാതെ പുറമെ നിന്നും തൊഴുത് തങ്ങളുടെ നന്ദികൾ പ്രകാശിപ്പിച്ചു.

പരബന്ധമില്ലാതെ രൂപക്കൂട്ടിലിരുന്ന് തൊഴുകൈകൾ കൊണ്ടുള്ള സഹതാപ അർപ്പണങ്ങൾ ഏറ്റു വാങ്ങി തുടങ്ങിയപ്പോൾ അയാളിലെ അഹന്തകൾക്കു ക്രമേണെ പതം വരാൻ തുടങ്ങി. ആറ് മാസം കഴിഞ്ഞപ്പോഴേക്കും അദ്ദേഹം ഏകാന്തതയുടെ ദൈവീകതയാൽ പുതുമയുള്ള ദാർശികനായി മാറിയിരുന്നു. അധികാരികൾ പറയുന്നത് മാത്രം ചെയ്ത ഞാൻ അങ്ങനെ ആ പുതുമയുടെ ഗുരുവും വഴികാട്ടിയും ആയി. ഉടയോന്റെ അനാവശ്യ വാക്കുകളിൽ

അജ്ഞതയാൽ നിറഞ്ഞു നിൽക്കുന്ന ആവശ്യകത.

15

പ്രസവ സംരക്ഷണം

മനുഷ്യരുടെ ചിന്തകളെയും സ്വഭാവങ്ങളെയും പ്രവൃത്തികളെയും ശിഥിലമാക്കാനും തത്സമയം തന്നെ അതിനെയെല്ലാം കൂട്ടി യോജിപ്പിച്ചു മുൻകൂട്ടി നിശ്ചയിച്ചിട്ടുള്ള ചട്ടക്കൂടിലേയ്ക്ക് വിധേയപ്പെടുത്താനും കെൽപ്പുള്ള ഒരു പറ്റം സാങ്കേതിക മികവിന്റെ നടുവിലാണ് നാം ഇന്ന് ജീവിക്കുന്നത്. അതുകൊണ്ട് തന്നെ, തന്ത്രങ്ങൾ പഠിച്ച ഒരുവന് മറ്റുള്ളവരിൽ നിന്നും ഉടലെടുക്കുന്ന ഭീകരമോ തീഷ്ണമോ ആയ പ്രതികൂല ശക്തികളെ ചില ക്രമീകരണങ്ങളുടെയും അടയാളങ്ങളുടെയും സഹായത്താൽ നിയന്ത്രിക്കാനും തനിക്ക് അനുകൂലമാക്കാനും സാധിക്കും. തന്ത്രപരമായി ക്രമീകരിക്കുന്ന ഇത്തരം സംവിധാനങ്ങൾ മനുഷ്യരിൽ സമ്മിശ്ര വികാരങ്ങളെ

ഉണർത്തുകയും അവരെ ആ അന്തരീക്ഷത്തിന്റെ അടിമകളാക്കുകയും ചെയ്യുന്നു.

ജോലി സ്ഥലത്തെ ഏറ്റവും ഉയർന്ന മേലധികാരിയുടെ കാര്യനിർവ്വഹണ മുറിയുടെ പുറത്തായി ഒരു താല്ക്കാലിക വിശ്രമ മുറി സന്ദർശകർക്കായി ക്രമീകരിച്ചിരിക്കുന്നത് ശ്രദ്ധിച്ചാൽ കാണാൻ സാധിക്കും. എന്തിനാണത് എന്ന് ചിന്തിച്ചിട്ടുണ്ടോ? ഏതു തരം വികാരവിചാരങ്ങളോട് കൂടെയാണ് സന്ദർശകൻ വരുന്നത് എങ്കിലും, നിശബ്ദത തളം കെട്ടി നില്ക്കുന്ന ശീതീകരണ സംവിധാനമുള്ള സന്ദർശന മുറിയിലെ അല്പനേരത്തെ വിശ്രമം, തനിക്ക് ചുറ്റും നിറഞ്ഞു നിൽക്കുന്ന മേലധികാരിയുടെ അധികാരത്തെപ്പറ്റി ബോധവാനാകാൻ അയാളെ പ്രേരിപ്പിക്കുക തന്നെ ചെയ്യും. അനുവാദം ലഭിച്ചിട്ട് പ്രധാന മുറിയിൽ പ്രവേശിച്ചാലും, ആ മുറിയുടെ വലുപ്പം, ഔദ്യോഗിക മേശയുടെ അളവിൽക്കവിഞ്ഞ വീതി എന്നിവ അധികാരിയും സന്ദർശകനും തമ്മിൽ നിലനിറുത്തേണ്ട അകലം എത്രത്തോളമാണ് എന്ന ബോധ്യം അറിയാതെ മനസ്സിൽ ഉളവാക്കും. അങ്ങനെയുള്ള അന്തരീക്ഷം, വികാരങ്ങൾ മറച്ചു വയ്ക്കാനും യുക്തിബോധത്തോടെ സംസാരിക്കുവാനും ബഹുമാനത്തോടെ നിർദ്ദേശങ്ങളെ സമീപിക്കുവാനും അയാളെ പാകപ്പെടുത്തും. മേലധികാരിക്ക് വളരെ വേണ്ടപ്പെട്ടയാളാണ് വരുന്നതെങ്കിൽ പരിമിത അകലം പാലിക്കാനായി തൊട്ടടുത്തായി സജ്ജീകരിച്ചിരിക്കുന്ന സോഫയിലോട്ട് മാറി ഇരുന്നിട്ടായിരിക്കും തുടർ ചർച്ചകൾ.അതേ സമയം, ആ സ്ഥാപനത്തിന്റെ സ്വീകരണ മുറിയിലെ (റിസപ്ഷൻ) മേശകളുടെ വീതി ശ്രദ്ധിച്ചാൽ, അത് നന്നേ കുറവാണ് എന്നും മനസിലാക്കാം; ഉപഭോക്താവിന് സേവനങ്ങളിൽ അകൽച്ച തോന്നാതിരിക്കാനാണിത്.

മറ്റൊരു ഉദാഹരണം - അതിവിശാലമായതും ആവശ്യത്തിലേറെ അടച്ചുറപ്പുള്ളതുമായ ഒരു മുറി, അതിന്റെ ഒത്ത നടുക്കായി ഒരു കസേര. കുഞ്ഞിനെ മുലയൂട്ടാനായി സജ്ജമാക്കിയ ഒരു മുറിയാണത് എന്ന് കരുതുക. തീർച്ചയായും അടച്ചുറപ്പുള്ള ആ അതിവിശാലത മുലയൂട്ടലിനെ ഒരു ഭയാസക്തിയുടെ അനുഭവത്തിലോട്ട് നയിക്കുക തന്നെ ചെയ്യും. നേരെ മറിച്ചു, നിന്ന് തിരിയാൻ പറ്റാത്ത ഒരു മുറിയാണ് ഇതിനായി അനുവദിക്കുന്നത് എങ്കിൽപ്പോലും മുലയൂട്ടലിന് അത് നൽകുന്ന സുരക്ഷിതത്ത്വം അനിർവ്വചനീയം ആയിരിക്കും.

ഒരു ദേവാലയത്തിന്റെ അന്തരീക്ഷത്തിൽ നിന്നും എത്രയോ വ്യത്യാസമുള്ളതാണ് പബ്ബിലേത്... രണ്ടു സ്ഥലത്തും ഒരേ മനുഷ്യർ വ്യത്യസ്ത രീതികളിൽ അനുഭൂതികളെ പങ്കിടുന്നു.

കുട്ടപ്പൻ ചേട്ടന്റെ കടയിലെ ആഹാരമാണ് എന്റെ ഭാര്യ കഴിച്ചതിൽ വച്ച് ഏറ്റവും സ്വാദുള്ളത്; എന്നാൽ, ആഹാരം കഴിച്ച ശേഷം ഇരുപ്പിടത്തിനടുത്ത് നിന്നവൾ ഒരു സെൽഫി എടുത്തു. ഫോട്ടോയിലെ തന്റെ യഥാർഥ രൂപത്തിൽ ആശങ്ക വന്നപ്പോൾ അത് ആഹാരത്തിന്റെ സ്വാദിനെ ബാധിച്ചു. തുടർന്ന് മൂന്ന് സ്റ്റാറുള്ള ഒരു ഹോട്ടലിലെ വെളിച്ച സംവിധാനം താൻ എടുക്കുന്ന സെൽഫികളിൽ എല്ലാം കൃത്രിമ വെളിച്ചം നൽകി ഉഷാറാക്കിയപ്പോൾ അവിടത്തെ ആഹാരത്തിന് സ്വാദ് കൂടിയ അനുഭവവും ഇവിടെ പങ്ക് വയ്ക്കുന്നു. രൂപപ്പെടുത്തപ്പെട്ട ക്രമീകരണങ്ങളുടെയും അന്തരീക്ഷ സംവിധാനത്തിന്റെയും അടിമകളാണ് നാം.

ഇത്തരത്തിൽ മറ്റൊന്നിനായി ക്രമീകരിക്കപ്പെട്ട ഒരു സംവിധാനം എന്റെ ജീവിതത്തിലെ ഭയാനകമായ ഒരു പ്രതിസന്ധിയെ തരണം ചെയ്യാൻ സഹായിച്ചിട്ടുണ്ട്.

എനിക്ക് ആദ്യമായി ജോലി കിട്ടിയ ആശുപത്രിയ്ക്ക് വളരെയധികം മിഷൻ പാരമ്പര്യം ഉണ്ടായിരുന്നു. അതുകൊണ്ടു തന്നെ സേവനങ്ങളിലെ അനുകമ്പയും കരുണയുമായിരുന്നു ഭരണ സംവിധാന സാധ്യതയേക്കാൾ മുന്നിട്ടു നിന്നിരുന്നത്. രോഗികൾക്കും കൂട്ടിരിപ്പുകാർക്കും ഏതു സമയത്തും ഏതിലും ഇടപെടാം എന്നൊരു അവസ്ഥയായിരുന്നു. മറ്റു രണ്ട് മേലുദ്യോഗസ്ഥന്മാർക്ക് ഇരിപ്പിടം ഉള്ള മുറിയുടെ ഒരു ഭാഗമായിരുന്നു എനിക്ക് ഔദ്യോഗിക കാര്യങ്ങൾക്കായി തന്നിരുന്നത്. കൂടെയുള്ളവരിൽ ഒരാൾ നഴ്സിംഗ് വിഭാഗത്തിന്റെ മേലധികാരിയും മറ്റെയാൾ വൈദ്യസേവനങ്ങളുടെ പ്രതിനിധിയും ആയിരുന്നു. ഞങ്ങളുടെ മുറിയിൽ ഇരുന്നാൽ വ്യക്തമായി ആശുപത്രിയുടെ പ്രധാന കവാടം കാണാൻ സാധിക്കുമായിരുന്നു.

പ്രസവത്തിനും അനുബന്ധ പ്രശ്നങ്ങൾക്കും പേര് കേട്ട ആശുപത്രിയായിരുന്നു അത്. ഗർഭിണിയും കൂട്ടിരുപ്പുകാരും സാധന സാമഗ്രികളുമായി കാളവണ്ടിയിൽ എത്തി, ആശുപത്രി കെട്ടിടത്തിനോട് ചേർന്ന് കാളകളെ കെട്ടി, വരാന്തയിൽ അടുപ്പു കൂട്ടി ഭക്ഷണമുണ്ടാക്കി, ചുറ്റുവട്ടത്തെ ആൾക്കാരുമായി പുതു

സൗഹൃദങ്ങൾ ഉണ്ടാക്കി, പച്ചരി ചോറുണ്ടാക്കി പ്രസവിച്ചവൾക്ക് കൊടുത്ത്, ആശുപത്രിയിലെ ആരാധനാലയത്തിൽ കുഞ്ഞിനെ കിടത്തി, അവിടെ വച്ച് കുഞ്ഞിന് പേരിട്ട ശേഷം ബാക്കി വരുന്ന സാധന സാമഗ്രികൾ ആശുപത്രിയ്ക്ക് ദാനം ചെയ്ത് മടങ്ങിയിരുന്ന ആൾക്കാരുടെ ചരിത്രം ഉണ്ടായിരുന്ന ആശുപത്രിയായിരുന്നു അത്. ആഴ്ചയിൽ ഒരു പ്രാവശ്യം വളരെ ദൂരെ നിന്നും സ്വയം കാറോടിച്ചു വന്നിരുന്ന വൈദ്യനായ സായിപ്പ് കിടക്കകൾക്ക് ഉൾക്കൊള്ളാൻ കഴിയാത്ത രീതിയിൽ രാവോളം സർജറി ചെയ്ത്, കിടത്താൻ സ്ഥലമില്ലാഞ്ഞിട്ട് രോഗികളെ അടുത്തുള്ള വീടുകളിൽ പലതരം ബോധാവസ്ഥയിലായി വിട്ടിട്ട് നിറഞ്ഞ കണ്ണുകളോടെ അവിടെ നിന്നും പോകുമ്പോൾ, വേദന കൊണ്ട് അയ്യം വിളിച്ചുള്ള അവരുടെ ഞരക്കങ്ങൾ അന്തരീക്ഷത്തിൽ മുഴങ്ങുമായിരുന്നു; അത് കേട്ട് പതം വന്ന് തഴമ്പിച്ചതു കൊണ്ട് വർഷങ്ങൾ കഴിഞ്ഞിട്ടും ആ ചുറ്റുപാടുകൾ ഇന്നും യാതൊരു അടരുകളും ഇല്ലാതെ നിലനിൽക്കുന്നു.

പ്രസവ സംബന്ധമായി വരാൻ സാധ്യതയുള്ള എല്ലാവിധ പ്രശ്നങ്ങളും കാര്യകാരണ സഹിതം കാലേക്കൂട്ടി പറഞ്ഞുറപ്പിച്ച ശേഷവും തങ്ങളുടെ തീരുമാനത്തിലുറച്ചു മുന്നോട്ടു പോയ വിദ്യാസമ്പന്നരായ ദമ്പതിമാരുടെ വിശേഷങ്ങളാണ് ഇത്തരം എഴുത്തിനായി പ്രേരിപ്പിച്ചത്. ഡോക്ടർ ഭയന്നിരുന്ന പോലെ കാര്യങ്ങൾ സംഭവിച്ചു; പ്രസവ ശേഷം കുഞ്ഞു മരണപ്പെട്ടു. ആ ദമ്പതിമാർ മരണത്തെ ഉൾക്കൊള്ളുകയും മരണവിധിയെ രണ്ട് കൈകളും നീട്ടി സ്വീകരിക്കുകയും ചെയ്തു. നമുക്ക് വളരെ വ്യക്തമായി അറിയാവുന്നത് പോലെ അന്നത്തെ കാലത്തും നാട്ടുകാർക്കായിരുന്നു ആധി മുഴുവൻ.

കുഞ്ഞിന്റെ മരണ ശേഷമുള്ള നടപടി ക്രമീകരണങ്ങൾ പൂർത്തിയാക്കിയിട്ട് ജീവനക്കാരായ ഞങ്ങൾ മൂന്ന് പേരും ആ ദമ്പതിമാരുടെ മനോവീര്യത്തെപ്പറ്റി സംസാരിച്ചുകൊണ്ടിരിക്കുമ്പോൾ എന്റെ കണ്ണ് അറിയാതെ ആശുപത്രിയുടെ പ്രധാന കവാടത്തിലേയ്ക്ക് ആഞ്ഞു.

വടികൾ പിടിച്ച ആൾക്കൂട്ടം; കാഴ്ച ഉറപ്പിക്കാനായി ഞാൻ ജന്നലിനടുത്തേയ്ക്ക് നീങ്ങി.

ഞാൻ : എന്റെ പൊന്ന് സാറമ്മാരെ ഇന്ന് എട്ടിന്റെ പണിയായിരിക്കും; എന്റെ പൊന്നെ, എത്ര പേരാ വടിയും പിടിച്ചു വരുന്നേ?

കാര്യം പറഞ്ഞു തിരിഞ്ഞു നോക്കിയ ഞാൻ മരവിച്ചു; അവർ രണ്ടു പേരെയും കാണാനില്ല. എന്റെ മരവിപ്പ് മാറുന്നതിന് മുന്നേ ആൾക്കൂട്ടം ഓഫീസ് മുറിയിലേയ്ക്ക് ഇരച്ചു കയറി. അതിലൊരാൾ കയ്യിലെ വടിയെടുത്തു മേശയുടെ മുകളിൽ വച്ചിരുന്ന കമ്പ്യൂട്ടറിലേയ്ക്ക് ആഞ്ഞടിച്ചു. ചില്ലുകളും ഫയലുകളും എന്റെ കണ്ണിന് മുന്നിലൂടെ പാറി... ആൾക്കാരുടെ ചീത്ത വിളികളും ആക്രോശങ്ങളും കേട്ട ഞാൻ എന്ത് ചെയ്യണമെന്നറിയാതെ അബോധാവസ്ഥയിലും എന്നാൽ മൂത്രം ചൊരിയാതിരിക്കാനുള്ള ബോധാവസ്ഥയിലും നിൽക്കുകയായിരുന്നു. മരണ ഭയത്താൽ കുതിർന്ന നിമിഷങ്ങളായിരുന്നു അത്.

കുറച്ചു നേരം കഴിഞ്ഞപ്പോൾ, ആൾക്കാരെ വകഞ്ഞു മാറ്റി വരുന്നു ഒരു പരിചിത ശബ്ദം. വൈദ്യ സേവനങ്ങളുടെ പ്രതിനിധിയായ കൂട്ട് ജീവനക്കാരനായിരുന്നു അത്. അദ്ദേഹത്തെ കണ്ടപ്പോൾ പ്രതികൂല സാഹചര്യങ്ങളിൽ കാവലായെത്തുന്ന മാലാഖയുടെ പരിവേഷം എന്റെ മനസിലൂടെ മിന്നി മറഞ്ഞു. എന്നാൽ ആ പ്രതീക്ഷ, തുടർന്നുള്ള നിമിത്തങ്ങളിലേയ്ക്ക് കുതറാനുള്ള രംഗ പ്രവേശനം ആയിരുന്നു. താനൊരു മുതിർന്ന ഡോക്ടറാണ് എന്ന് ആൾക്കൂട്ടത്തിന് മുന്നിൽ ഉറപ്പിക്കാൻ വേണ്ടി അദ്ദേഹം ചുമലിൽ കിടന്നിരുന്ന ഹൃദയമിടുപ്പിന്റെ തിട്ടം നിർണ്ണയിക്കുന്ന കുഴൽ എടുത്ത് ഒന്നുകൂടെ ഉയർത്തി ചുമലിലേയ്ക്കിട്ടു. തുടർന്ന് അവരുടെ കൂട്ടത്തിലെ ഒരു അംഗത്തെപ്പോലെയായി മാറി എന്റെ നേരേ ആക്രോശിക്കാൻ തുടങ്ങി.

"സാറിന് നല്ല കുപ്പായമൊക്കെ ഇട്ടിട്ടു കറങ്ങുന്ന കസേരയിൽ ചാരിക്കിടന്നാൽ മതി; പാവപ്പെട്ടവരാ സാറേ ഇവരൊക്കെ. ഇവർക്ക് നീതി കിട്ടണം, നീതി നടപ്പാക്കിയേ പറ്റൂ. ആറ്റുനോറ്റിരുന്ന് കിട്ടിയതാ! ചാപിള്ളയാക്കിയിട്ട് നിങ്ങളും ചേർന്നല്ലേ ബില്ലാക്കിയത്. ഞാൻ ഏതറ്റം വരെയും പോകും; ഇവർക്ക് നീതി കിട്ടിയില്ലെങ്കിൽ ഞാൻ സാറിന്റെ കസേര തെറിപ്പിക്കും. നാട്ടുകാരോട് കളിക്കല്ലേ!"

അക്രമാസക്തരായ ആൾക്കൂട്ടത്തിനു വേണ്ടി മുഴങ്ങിയ ആ ശബ്ദത്തിൽ ശരിക്കും പകച്ചു പോയ എനിക്ക് സമനില വീണ്ടെടുക്കാൻ സാധിച്ചില്ല. ചെവിയിൽ നിന്നും എന്തൊക്കെയോ

പറന്ന് പോകുന്ന പോലെ. കുഞ്ഞിന്റെ തണുത്തുറഞ്ഞ ശരീരം കൈമാറിയപ്പോൾ ബില്ലടയ്ക്കാനുള്ള നിർദ്ദേശങ്ങൾ മേൽപ്പറഞ്ഞ കൂട്ട് ജീവനക്കാരന്റെ പ്രേരണയിലാണ് ഞാൻ ചെയ്തത്. ബില്ലിന്മേലുള്ള ഇളവിന്റെ കാര്യം ശ്രദ്ധയിൽപ്പെടുത്തിയപ്പോൾ ഒരു പ്രസ്ഥാനത്തിന്റെ ഉടയോനായി ചിന്തിക്കാൻ താക്കീത് നൽകിയതും അദ്ദേഹമാണ്. അപ്പോൾ തോന്നിയ ബഹുമാനം ആണ് ചെവിയിലൂടെ പറന്ന് പോയത്.

ആൾക്കൂട്ടത്തിനിടയിൽ നിന്നുള്ള വേറിട്ട ആധികാരിക ശബ്ദം ചുറ്റുമുള്ളവർ നന്നായി ആഘോഷിച്ചു; നിമിഷ നേരം കൊണ്ട് അദ്ദേഹം അവരുടെ പ്രതിനിധിയായി; അതും വാക്കുകൾക്കായി കാത്തിരിക്കുന്ന ചാവേറുകളുടെ പ്രതിനിധി.

"ഈ സാറിനെ എന്ത് ചെയ്യട്ടെ" എന്ന് അന്തരീക്ഷത്തിൽ മുഴങ്ങിയ ചോദ്യത്തിന് എന്റെ നിസ്സഹായാവസ്ഥയെ മാനിച്ചു ചിലരെങ്കിലും "ചെക്കനാ, നെഞ്ചിൻകൂട് മിടിക്കുന്നത് കണ്ടില്ലേ, വെറുതെ വിട്", എന്ന നിലപാടിലേയ്ക്കെത്തി; സാവധാനത്തിൽ ഭൂരിപക്ഷവും അതിനെ അനുകൂലിച്ചു, ആജാനുബാഹുക്കളായ മൂന്ന് പേര് ഒഴികെ...

ഉപദ്രവിക്കാൻ വരുന്നവരുടെ കൂട്ടത്തിൽ അവർ പോലും അറിയാതെ നുഴഞ്ഞു കയറി അവരുടെ ബലഹീനതകൾ മനസിലാക്കി നിയന്ത്രണം സമ്പൂർണ്ണമായും ഏറ്റെടുക്കുന്ന, പാഠ്യ പദ്ധതികൾക്കും അപ്പുറമായ തന്ത്രം യുവാക്കളായ ആ മൂന്ന് പേരുടെയും മുന്നിൽ ഗതി കിട്ടാതെ കറങ്ങി നിൽക്കുകയായിരുന്നു.

ഒന്നിനും കൂട്ടാക്കാതെ നിന്ന അവരെ മാത്രം മുറിയിലാക്കിയിട്ടു മറ്റുള്ളവരോട് വെളിയിൽ നിൽക്കാൻ നിർദ്ദേശിച്ച വൈദ്യ പ്രതിനിധി എന്നെ നോക്കി കണ്ണിറുക്കി ചിരിച്ചു. എന്നാൽ ആ ചിരി ഒരു കൊലച്ചിരിയായിട്ടാണ് എനിക്കനുഭവപ്പെട്ടത്.

വൈദ്യ പ്രതിനിധി: "സാറെ ഇവരുടെ ആവശ്യം അർഹതപ്പെട്ടതാണ്; ആശുപത്രി മേലധികാരിയെ നമുക്ക് ഒരുമിച്ചു കാണണം; ഇവരുടെ ആവശ്യങ്ങൾ നേടിക്കൊടുത്തെ മതിയാകൂ."

ഞാൻ : മേലധികാരി സർജറി ചെയ്തു കൊണ്ടിരിക്കയാണ്; കാത്തിരുന്നേ പറ്റൂ."

വൈദ്യ പ്രതിനിധി: കാത്തിരുന്ന് കാത്തിരുന്ന് കിട്ടിയ കൊച്ചിനെ മരവിപ്പിച്ചല്ലേ നിങ്ങളുൾപ്പെടെയുള്ളവർ കൊടുത്തത്? ഇനി

കാത്തിരിപ്പൊന്നുമില്ല; ഇപ്പൊ തന്നെ മേലധികാരിയെ കാണാൻ കാര്യങ്ങൾ ക്രമീകരിക്കണം."

കൂട്ടത്തിലൊരാൾ വടിയെടുത്തു വീണ്ടും മേശയിലടിച്ചിട്ട്; "ഇവനൊക്കെ എന്ത് അഹങ്കാരമാ സാറെ; ഡോക്ടറായ സാറിന് പോലും ഇല്ലാത്തത് ഇവനെന്തിനാ?"

വൈദ്യ പ്രതിനിധി: "ക്ഷമിക്കണം, ക്ഷമിക്കണം, പരിചയം ഇല്ലാത്ത പാവത്താനാ. നമുക്ക് ഇപ്പോൾ തന്നെ ഓപ്പറേഷൻ തിയറ്ററിലോട്ടു പോകാം, ശക്തമായും വ്യക്തമായും സംസാരിച്ചു കാര്യങ്ങൾ നേടി എടുത്തോളണം; കുറച്ചു സമയമേ കിട്ടൂ സംസാരിക്കാൻ!"

കൂട്ടത്തിലൊരാൾ: "അതിനല്ലേ ഞങ്ങൾ, അയാളെ കണ്ടാൽ മാത്രം മതി."

തൊട്ടടുത്ത കെട്ടിടത്തിലായിരുന്നു ഓപ്പറേഷൻ തിയേറ്റർ; നൂറ് മീറ്ററോളം നടക്കണം. ചുറ്റുവട്ടത്തെ കെട്ടിടങ്ങളിൽ ഉള്ളവരെല്ലാം തല വെളിയിലോട്ടിട്ട് സംഭവങ്ങൾ നിരീക്ഷിക്കുന്നു, അടക്കം പറയുന്നു, ചിരിക്കുന്നു.

മുന്നിൽ വൈദ്യ പ്രതിനിധി, പിന്നിൽ വടിയുമായി മൂവർ സംഘം, ഏറ്റവും പിന്നിലായി ഞാൻ...

വൈദ്യ പ്രതിനിധി: "സർജറി ചെയ്യുന്ന സ്ഥലമായതുകൊണ്ട് വടി വെളിയിൽ വയ്ക്കണം കേട്ടോ." ആ നിർദ്ദേശത്തിന്റെ സഭ്യത മനസിലാക്കിയ അവർ വടികൾ പുറത്തായി ചാരിവച്ചു.

വൈദ്യ പ്രതിനിധി: "വൃത്തി അത്യാവശ്യമായ സ്ഥലമായതു കൊണ്ട് പുറത്ത് നിന്നുമുള്ള ചെരുപ്പുകൾ മാറ്റണം കേട്ടോ." മറ്റു ചുറ്റുപാടുകളിൽ നിന്നും വളരെ വ്യത്യസ്തമായ രീതിയിൽ വൃത്തിയും വെടിപ്പും കണ്ട് ബോധ്യം വന്ന അവർ ചെരുപ്പുകൾ ഊരി മാറ്റി ആശുപത്രിയുടെ ചെരുപ്പുകൾ ധരിച്ചു.

ഒന്നാം വാതിൽ കടന്ന് ശീതീകരണ സംവിധാനത്താൽ നിശബ്ദത അങ്ങേയറ്റം തിങ്ങി നിറഞ്ഞ മുറിയിലേയ്ക്ക് ഞങ്ങൾ എത്തി.

യാതൊരു മടിയുമില്ലാതെ വൈദ്യ പ്രതിനിധി തന്റെ വസ്ത്രങ്ങൾ അഴിക്കാൻ തുടങ്ങി; അഴിച്ചു മാറ്റിയ വസ്ത്രങ്ങൾ നിരനിരയായി അടിച്ചിരുന്ന അണികളിൽ ഒന്നിൽ തൂക്കിയിട്ട് സ്റ്റീൽ അലമാര തുറന്ന് പച്ച നിറത്തിലുള്ള നെഞ്ചുടുപ്പും പൈജാമയും ധരിച്ചു. ഞാനും അതേപടി വസ്ത്രങ്ങൾ അണിഞ്ഞു തയ്യാറായി.

കൂട്ടത്തിലൊരാൾ: "സാറെ ഞാൻ അങ്ങോട്ട് വരുന്നില്ല; എന്നെക്കാളും കാര്യങ്ങൾ നന്നായി ഇവർക്കാ സംസാരിക്കാൻ പറ്റുക; ഞാൻ വെളിയിൽ കാത്ത് നിന്നോളം."

വളരെയധികം വിളറി വെളുത്തിരുന്ന അയാൾ മറുപടി പോലും കേൾക്കാൻ കൂട്ടാക്കാതെ അവിടെ നിന്നും പുറത്തേയ്ക്ക് ഓടി. അടിവസ്ത്രം ധരിക്കാത്തതായിരുന്നു ആ പിരിമുറുക്കത്തിനും പിൻവാങ്ങലിനും കാരണം.

കൂടെയുള്ള മറ്റ് രണ്ടു പേരും മനസില്ലാമനസോടെ വസ്ത്രങ്ങൾ അഴിക്കാൻ തുടങ്ങി. എത്ര മല്ലനായ ആളിന്റെയും അരക്കെട്ടിലെ വസ്ത്രത്തിന്റെ പിടി ഒന്നയഞ്ഞാൽ അവനിലെ നഗ്നത ഭയക്കാൻ തുടങ്ങുകയും തന്മൂലം ശരീര ഭാഷയിലെ കള്ളത്തരങ്ങൾ നഗ്നമാവുകയും ചെയ്യും. തണുത്ത അന്തരീക്ഷത്തിലും അവർ വിയർക്കുകയായിരുന്നു.

വിയർപ്പ് നാറ്റമുള്ള ഇറുകിയ വസ്ത്രങ്ങൾ മാറ്റി അതി പരിശുദ്ധമായ അയഞ്ഞ നെഞ്ചുടുപ്പുകൾ ധരിച്ചപ്പോഴേക്കും അവരുടെ പരുഷമായ തീഷ്ണതകൾ മാറി കുഞ്ഞുങ്ങളുടെതിന് സാമാനമായ ചേഷ്ടകളാകുകയും, തുടർന്ന്, ശീതീകരിച്ച അന്തരീക്ഷത്തിന് വിധേയത്വമുള്ള ശാന്തപ്രതാപികളും നിശബ്ദ അന്തരീക്ഷത്തിന് വിധേയത്വമുള്ള നിർഗുണപ്രതാപികളുമായി പരിണമിക്കുകയും ചെയ്തു. മുഖാവരണവും തലയാവരണവും നെഞ്ചുടുപ്പിന്റെ കൂടെ അണിഞ്ഞ ശേഷം വിസ്മയത്തോട് കൂടിയ മുഖങ്ങളോടെ അവർ നിന്നത് "നിങ്ങൾ തിരിഞ്ഞു ശിശുക്കളെപ്പോലെ ആയി വരുന്നില്ലായെങ്കിൽ സ്വർഗ്ഗരാജ്യത്തിൽ കടക്കുകയില്ല" എന്ന തിരുവെഴുത്ത് ചുവരിന്മേൽ എഴുതി വച്ചിരുന്നതിന് തൊട്ട് താഴെ ആയിരുന്നു. ആ വചനങ്ങളുടെ അർത്ഥം അപ്പോഴാണ് എനിക്ക് മനസിലായത്.

അതിവിശുദ്ധമായ അന്തരീക്ഷത്തിൽ പ്രവേശിക്കാൻ വേണ്ടുന്ന എല്ലാവിധ തയ്യാറെടുപ്പുകളും നടത്തിയ ശേഷം വൈദ്യ പ്രതിനിധിയുടെ നേതൃത്വത്തിൽ ഞങ്ങൾ തിയറ്ററിലെ പ്രധാന കവാടം കടന്ന് ഇടനാഴിയിലേയ്ക്ക് നീങ്ങി. ഇടനാഴിയുടെ ഒരു വശത്തായി സർജറിയുടെ ഊഴവും കാത്ത് ട്രോളികളിൽ നിരനിരയായി കിടത്തിയിരിക്കുന്ന പൂർണ്ണ ഗർഭിണികൾ. ഇടനാഴിയുടെ അടുത്തുള്ള

വിശാലമായ മുറിയിൽ സുഖപ്രസവത്തിനായുള്ള വേദനയാൽ അലറി വിളിക്കുന്നവർ! വേദന സഹിക്കാൻ പറ്റാതെ വയറും താങ്ങി അങ്ങോട്ടും ഇങ്ങോട്ടും നടക്കുന്നവർ, വേദനയാൽ ഞരങ്ങി ഒരിറ്റു ശ്വാസത്തിനായി കൊതിക്കുന്നവർ, സർജറി കഴിഞ്ഞ ശേഷം ഒഴിഞ്ഞ വയറുമായി അർദ്ധബോധാവസ്ഥയിൽ ട്രോളിയിൽ കിടക്കുന്നവർ, അവരുടെ പകുതിയടഞ്ഞ കണ്ണുകളിലൂടെ കണ്ണുനീർ ഒലിച്ചിറങ്ങുന്നു! നടക്കുന്ന വഴികളിൽ തങ്ങി നിൽക്കുന്ന ചുടു ചോരയുടെയും മൂത്രത്തിന്റെയും മണം.

മുന്നിൽ നടക്കുന്ന അതിബലിഷ്ഠന്റെ കാലുകൾ താളം തെറ്റുന്നത് മനസിലാക്കിയ ഞാൻ അയാളെ താങ്ങാൻ ശ്രമിച്ചു. എന്റെ ശ്രമങ്ങളെയെല്ലാം അസ്ഥാനത്താക്കി ആ മല്ലൻ കുഴഞ്ഞു മുന്നിലേയ്ക്ക് വീണു. മറ്റുള്ളവരുടെ സഹായത്താൽ അയാളെ താങ്ങിയെടുത്തു ഒരു ഗർഭിണി മാറിത്തന്ന ട്രോളിയിൽ കിടത്തി.

വൈദ്യ പ്രതിനിധി യാതൊരു വിമുഖതയും ഇല്ലാതെ അയാളെ പരിചരിക്കുകയായിരുന്നു. എന്നാൽ അദ്ദേഹത്തിന്റെ കണ്ണുകളിൽ സ്വഭാവത്തെ സൃഷ്ടിക്കുന്ന അഥവാ നിയന്ത്രിക്കുന്ന ഒരു തന്ത്രജ്ഞന്റെ തലയെടുപ്പ് തുള്ളിക്കളിക്കുന്നുണ്ടായിരുന്നു.

വൈദ്യ പ്രതിനിധി : "ഭാഗ്യവാനാ ഇവൻ, പ്രസവ രക്ഷയ്ക്കായി സാഹചര്യങ്ങളിൽ പിറന്നവൻ... ഇയ്യാൾ തെളിയാൻ കുറച്ചു സമയം എടുക്കും; നമുക്ക് മേലധികാരിയെ കണ്ട് പെട്ടെന്ന് വരാം..."

മൂന്നാമൻ : "അത് വേണ്ട സാറേ, ഇവൻ ഇങ്ങനെ കിടക്കുകയല്ലേ!"

വൈദ്യ പ്രതിനിധി : "ഏയ്, നമുക്ക് കാണണം, മേലധികാരി നോക്കി ഇരിക്കയായിരിക്കും."

ഞങ്ങൾ ഓപ്പറേഷൻ നടക്കുന്ന മുറിയുടെ അരികിൽ എത്തി; മേലധികാരി വാതിലിലൂടെ തല പുറത്തേയ്ക്കിട്ടു. രക്തക്കറകളുമായി ഒത്ത ഒരു മനുഷ്യൻ!

മേലധികാരി : "എന്താ കാര്യം, പെട്ടെന്ന് പറയണം, ഈ ഇടനാഴിയിൽ കിടക്കുന്ന വയറുകളിൽ നിന്ന് പുറത്തേയ്ക്ക് വരാൻ കൂട്ടാക്കാതെ കിടക്കുന്ന കുഞ്ഞുങ്ങളെക്കൂടെ പേറിയിട്ട് വേണം മടങ്ങാൻ."

മൂന്നാമന്റെ കണ്ണുകൾ നിറയുകയായിരുന്നു; അയാൾ രണ്ട് കൈകളും കൂപ്പി; വാക്കുകൾ പുറത്തേയ്ക്ക് വരാൻ നന്നേ

ബുദ്ധിമുട്ടുന്നുണ്ടായിരുന്നു.

"ക്ഷമിക്കണം... ഞങ്ങളുടെ ബോധം നിങ്ങളിലാണ്... ചാപിള്ളയാകാനുള്ള ബോധ്യം പോലും ഇല്ലാത്തവരാണ് ഞങ്ങൾ... തനി ഭ്രാന്തന്മാർ... എല്ലാറ്റിനും മാപ്പ്..."

ഞാൻ വൈദ്യ പ്രതിനിധിയെ അതിശയത്തോടെ നോക്കി...

അദ്ദേഹം എന്റെ ചെവിയിൽ ഒരു സ്വകാര്യം പറഞ്ഞു, "ഇച്ചിരി പേടിച്ചു അല്ലേ! ഇതാണെടോ താനൊന്നും പുസ്തകത്തിൽ പഠിക്കാത്ത മാനേജ്മെന്റ് ... ദി റിയൽ ആർട് ഓഫ് ഗെറ്റിങ് തിങ്ങ്സ് ഡൺ ത്രൂ അതേർസ്."

16

സ്യഷ്ടി

പ്രപഞ്ചത്തിന്റെ അർത്ഥം നിലനിൽക്കുന്നത് പരിണാമത്തിലൂടെയാണ്. സൃഷ്ടികൾക്കുള്ളിലെ വ്യത്യാസങ്ങളിൽ നിലനിൽക്കുന്ന ഏകജീവനെ അടിസ്ഥാനപ്പെടുത്തി വേണം ഇതിൽ അടങ്ങിയിരിക്കുന്ന ദൈവീകത നാം മനസിലാക്കേണ്ടുന്നത്. ജീവാംശത്തിലുള്ള ആത്മാംശത്തെ നിർണ്ണയിക്കുന്നതും പരിണാമത്തിൽ ഊന്നിയ ചില അളവുകോലുകളിലൂടെയാണ്. ചില്ലകളോട് കൂടിയ ജീവ വൃക്ഷം പിൻതലമുറകളെ ഉൾപ്പെടുത്തി വരച്ചു നോക്കിയാൽ ജീവാംശത്തിലെ ആത്മാംശം എത്ര ഭംഗിയായാണ് നമ്മിലൂടെ കടന്ന് പോകുന്നതെന്ന് നമുക്ക് നന്നെ ബോധ്യമാകും. അതുകൊണ്ടാണല്ലോ അയാൾ അവന്റെ അപ്പൂപ്പന്റെ അച്ചെട്ടാണ് അവൾ അമ്മയുടെ തനി നിറവാണ് എന്നൊക്കെ പറയുന്നത്.

ഇതിലെല്ലാം ഉപരിയായി, അതിവ്യത്യസ്ത ഗുണങ്ങളോടെ, അഥവാ നാം നമ്മുടെ കണ്ണുകളിലൂടെ നോക്കിക്കാണുന്ന പരിമിത ഗുണഗണങ്ങളോടെ ജനിക്കുന്നവർ, ആത്മാംശത്തിന്റെ പരിഗണനയില്ലാതെ വ്യാഖ്യാനിക്കപ്പെട്ടാലും ജീവാംശത്തിന്റെ പുതുമയായി അവർ നിലനിൽക്കും. ചില ബന്ധങ്ങൾ പിൻതുടർച്ചാവകാശമില്ലാതെ അവരവരിൽത്തന്നെ അവസാനിക്കുന്നത്, തലമുറകളായി തേടി വന്ന ജീവരഹസ്യം എല്ലാ അർത്ഥത്തിലും അവരിലൂടെ വെളിവാകുന്നത് കൊണ്ടാണ്. വംശ പരമ്പര കാത്തുസൂക്ഷിക്കാനായി വിവരമില്ലായ്മയാൽ നെട്ടോട്ടമോടിയ ഒരു കാലഘട്ടം എനിക്കും ഉണ്ടായിരുന്നു.

വിവാഹം കഴിഞ്ഞു ഞാൻ തെക്കും ഭാര്യ വടക്കുമായി ജോലിയിൽ കഴിയുന്ന സമയം. ആഴ്ചാവസാനം ഒന്നുകിൽ തെക്ക് അല്ലെങ്കിൽ വടക്ക് വച്ച് ഞങ്ങൾ ഒരുമിച്ചു കണ്ടുമുട്ടും; തെക്ക് വച്ചു കാണുമ്പോൾ മാസമുറയും മറ്റു സൗഹൃദയ കൂട്ടായ്മകളും വടക്ക് വച്ച് കാണുമ്പോൾ സൗന്ദര്യ പിണക്കങ്ങളും, ഇതായിരുന്നു ദാമ്പത്യ ജീവിതത്തിലെ താളം. പ്രതിബന്ധങ്ങൾ ഒരിക്കലും ഞങ്ങളെ പരുക്കേൽപ്പിച്ചില്ല, പകരം ബന്ധങ്ങളിലെ നൈർമല്യം ആസ്വദിച്ചും വഴക്ക് കൂടിയും സന്തോഷത്തിൽ കഴിയുകയായിരുന്നു ഞങ്ങൾ. കാലങ്ങൾ വളരെ പെട്ടെന്ന് കടന്നു പോയി.

ജീവിതയർത്ഥം സന്തോഷം മാത്രമാണെന്ന മട്ടിൽ ഒരു കൂസലുമില്ലാതെ നൂറേ നൂറിൽ പോയിക്കൊണ്ടിരുന്ന ഞങ്ങളെത്തേടി ചില ബന്ധുക്കളുടെ വിളികൾ എത്തി. അവരുടെ സംശയങ്ങളും ചില മുന വച്ചുള്ള വാക്കുകളും ശാരീരിക ക്ഷമതയുടെ ചോദ്യചിഹ്നങ്ങളായി ഞങ്ങളിൽ പതിച്ചു. ആദ്യമാദ്യം ഇതൊക്കെ ഗൗരവമായി എടുത്തില്ലായെങ്കിലും പിന്നീടെപ്പോഴോ ചോദ്യങ്ങൾ ശരങ്ങളായി മാറി ബീജാണുക്കളെയും മനസിനെയും മുറിവേൽപ്പിക്കാൻ തുടങ്ങി.

കമ്പേറ് ദോഷങ്ങളെപ്പറ്റിയായിരുന്നു ബന്ധുക്കളുടെ ആധി. ആ ദോഷത്തെ മറികടക്കാനുള്ള പ്രാർത്ഥനകളും ചെപ്പടി വിദ്യകളുമായി അവർ ഞങ്ങളുടെ ലോകത്തിലേയ്ക്ക് അനുവാദമില്ലാതെ എത്തി. പലതരം ഉപദേശങ്ങളും സാക്ഷ്യങ്ങളും മുന്നറിയിപ്പുകളും.

ബന്ധുക്കളുടെ ആധികൾ മത പുരോഹിതന്മാർ ഏറ്റെടുത്തു. മതങ്ങളുടെ വളർച്ചയ്ക്ക് പ്രധാന കാരണമായ ജനനങ്ങൾ ഞങ്ങളിൽ

അന്യം നിൽക്കുന്നതിൽ വിഷാദം പൂണ്ട പുരോഹിതന്മാർ സാമ്പത്തികം പേറിയുള്ള പ്രാർത്ഥനാസഹായം അർത്ഥവത്താകുമെന്ന് ജ്ഞാനവിധി എഴുതി. പലവിധ നേർച്ച പ്രാർത്ഥനകൾക്കും മാതാപിതാക്കൾ വഴങ്ങേണ്ടി വന്നു.

ഞങ്ങളുടെ വിവാഹം നടന്ന വർഷം തന്നെ വിവാഹം കഴിഞ്ഞ ദമ്പതിമാരുടെ കുഞ്ഞുങ്ങൾ വിദ്യാലയ പ്രവേശനം തുടങ്ങിക്കഴിഞ്ഞ ആ കാലഘട്ടത്തിൽ, ഒരു കൂട്ടുകാരന്റെ രണ്ടാമത്തെ കുഞ്ഞിന്റെ നൂലുകെട്ടിനായി ക്ഷണപ്രകാരം എന്റെ ഭാര്യ പോയി. ആ കുഞ്ഞിനെ അവളുടെ നോട്ടത്തിൽ നിന്നും ബന്ധുക്കൾ സമർത്ഥമായി ഒളിപ്പിക്കാൻ ശ്രമിച്ചത് പെറാത്തവളുടെ പെരുമയ്ക്കേറ്റ കനത്ത പ്രഹരമായിരുന്നു. മച്ചിയായ സമൂഹം ഞങ്ങളുടെ ദാമ്പത്യ ജീവിതത്തിൽ അന്ധതയുടെ കുറി കോറിയിട്ട ദിവസമായിരുന്നു അത്. അന്നത്തെ ദിവസം അവൾ മുട്ടിന്മേൽ നിന്ന് ആ കുഞ്ഞിന് ദോഷമൊന്നും വരുത്തരുതേയെന്നു ഉറങ്ങാതെ പ്രാർത്ഥിക്കയായിരുന്നു. ആട്ടലിന്മേൽ നിറഞ്ഞ ദൈവീകത!

ക്രമേണെ പുരോഹിതന്മാരുടെ ആധി കൂട്ടുകാർ ഏറ്റെടുത്തു. പലപല നിർദ്ദേശങ്ങൾ, കാല് പൊക്കി, കാല് മടക്കി, കുനിഞ്ഞു, നിവർന്ന്, വലിച്ചെടുക്കാതെ, തലയിണയിൽ ഊന്നി അങ്ങനെ പോകുന്നു പറഞ്ഞ് തന്ന അഭ്യാസ മുറകൾ...

സഹികെട്ട ഭാര്യ മറ്റാരെയും അറിയിക്കാതെ വളരെ പ്രശസ്തനായ ഒരു ഭിഷഗ്വരന്റെ ചികിത്സയ്ക്കായി ചീട്ടെടുത്തു; അവൾക്ക് എന്തെങ്കിലും കുഴപ്പം ഉണ്ടോയെന്ന് സ്ഥിരീകരിക്കണം, അതായിയുന്നു അവളുടെ ലക്ഷ്യം. എല്ലാ രോഗനിർണ്ണയ കടമ്പകളും പൂർത്തിയാക്കിയ അവൾക്ക് യാതൊരു കുഴപ്പവും ഇല്ലായെന്ന വിധിനിർണ്ണയം വന്നു. ആ വിധിയുടെ പകർപ്പ് വായിച്ചപ്പോൾ ഷണ്ഡത്വത്തിന്റെ ഒരു അജ്ഞാത പെരുമ്പറ എന്നിൽ മഥിക്കാൻ തുടങ്ങി. ബീജങ്ങളുടെ കെടുകാര്യസ്ഥതയുടെ പെരുമ്പറ തുകൽ സഞ്ചിക്കുള്ളിൽ കിടന്ന് കടയുകയായിരുന്നു. ആശ്വാസ വാക്കുകളുമായി ഭാര്യ സമീപത്തും.

ഭിഷഗ്വരന്റെ കുറിപ്പടി പ്രകാരം ഞാൻ അവളോടൊപ്പം ചികിത്സയ്ക്കായി പോയി. കേരളത്തിന് അകത്തും പുറത്തും നിന്നുമായി അനേകം മിഥുനങ്ങൾ, പല പ്രായത്തിലും ഭാഷയിലും ഉള്ളവർ. പുതിയ അതിഥികളെ കണ്ടപ്പോൾ അവർക്കും ഒരു ഹരം.

അതിമനോഹരമായി അർത്ഥവത്തായി അലങ്കരിച്ച ചികിത്സാ മുറികൾ. പ്രതീക്ഷയുടെ കിരണങ്ങൾ വിന്യസിക്കുന്ന വാക്കുകൾ. അതി സുന്ദരിമാരായ നേഴ്സുമാരും ജീവനക്കാരികളും. ആദ്യമായി അവിടെ വച്ച് കൂട്ടായ ഒരു സരസന്റെ മറുപടി ഇങ്ങനെയായിരുന്നു, "അതേയ് ഞാൻ ശ്രമിക്കാഞ്ഞിട്ടാ, ശ്രമിച്ചാൽ ഈ സുന്ദരികളെ വീണ്ടും വീണ്ടും കാണാൻ സാധിക്കില്ലല്ലോ!"

താമസിയാതെ എനിക്കുള്ള വിളി വന്നു. വളരെ സുന്ദരിയായ ജീവനക്കാരി ഒരു പ്ലാസ്റ്റിക് കുപ്പി എന്റെ നേരെ നീട്ടി, "ഇതിൽ താങ്കളുടെ ബീജം ശേഖരിച്ചിട്ടു വരൂ, ആ മുറി ഉപയോഗിച്ചോളൂ"

കുപ്പി വാങ്ങിയപ്പോൾ അറിയാതെ ഒരു മണ്ടത്തരം എന്നിൽ നിന്നും പുറത്തേയ്ക്കു ചാടി, "കുപ്പിയിൽ കൊള്ളുന്നത് മതിയാകുമോ, സിസ്റ്റർ?"

ജീവനക്കാരി : "കുപ്പിക്കുള്ളിൽ കൊള്ളുന്നതേ സൃഷ്ടിക്കുള്ള അവയവമായി കൂടെ ഉള്ളൂയെങ്കിൽ വായ് വട്ടം കുറഞ്ഞ വേറെ കുപ്പികൾ ഒന്നും തന്നെ ഇല്ലല്ലോ സാറേ, സാർ സമയം കളയാതെ ആ മുറിയിലേയ്ക്കൊന്നു കയറിയെ, പിന്നാലെ വരാൻ ഇനിയും ഉണ്ട് ആൾക്കാർ, വേണ്ടുന്നതെല്ലാം ആ മുറിയിൽ ഉണ്ട്"

ജീവനക്കാരിയുടെ തന്മയത്തത്തോടെയുള്ള ഇടപെടലുകൾ എന്നെ ശീഘ്രത്തിൽ മുറിയിലേയ്ക്ക് നയിച്ചു. മുറിയുടെ വാതിൽ തുറന്നപ്പോൾ പിന്നിൽ നിന്നും ഒരു മന്ദഹാസം, "വലതു കാല് വച്ച് കയറിക്കോളൂ; ഒട്ടും സമയം കളയാതെ എല്ലാം പെട്ടെന്ന് തന്നെ ശുഭമായി ഭവിക്കട്ടെ!"

മുറിക്കകത്തു കടന്ന ഞാൻ വല്ലാതെ പരിഭ്രമിച്ചു പോയി, തണുത്തുറഞ്ഞ അന്തരീക്ഷം, വാകപ്പൂവിന്റെ മണം, ഒരു ചുവരിൽ ഉദ്ധാരണ ലക്ഷ്യത്തോടെയുള്ള മുന്തിയതരം ചിത്രങ്ങൾ, മേശയുടെ മുകളിൽ ലക്ഷ്യ പ്രാപ്തിക്കായുള്ള പലതരം മാസികകൾ, ടെലിവിഷനിൽ വൈദഗ്ധ്യം നിറഞ്ഞ സിനിമ ശകലങ്ങൾ അങ്ങനെ പോകുന്നു വിസ്മയങ്ങൾ. ഇതെല്ലം കണ്ടപ്പോൾ ഒരുതരം വീർപ്പുമുട്ടൽ എന്നിൽ അരങ്ങേറി, ഞാൻ വിയർക്കാൻ തുടങ്ങി. വീടിനുള്ളിലെ മറകളുടെ സുരക്ഷിതത്വം ഒരുതരത്തിലും എനിക്കാ മുറിയിൽ അനുഭവിക്കാൻ സാധിച്ചില്ല. കുറച്ചു നേരത്തെ പരിശ്രമത്തിന് ശേഷം തോറ്റുപോയ ഞാൻ മെല്ലെ പിൻവാങ്ങി വാതിൽ തുറന്നു

പുറത്തേയ്ക്കു നോക്കി. എന്നെയും പ്രതീക്ഷിച്ചു ആ സൗന്ദര്യധാമം അതാ അവിടെ നിൽക്കുന്നു.

ജീവനക്കാരി : "നാണിക്കേണ്ട, ഇങ്ങോട്ടു പൊന്നോളൂ, ഇത്രത്തോളം പെട്ടെന്ന് കഴിയുമെന്ന് വിചാരിച്ചില്ല."

"അയ്യോ സിസ്റ്റർ ക്ഷമിക്കണം, കിട്ടിയില്ല അത്."

ജീവനക്കാരി : "അല്ലേലും ചിലർക്ക് അങ്ങനെയാ, ഒരു കാര്യം ചെയ്യു, ഭാര്യയെക്കൂടെ വിളിച്ചോളൂ."

ആ വാക്കുകൾ സ്വയം പര്യാപ്തതയ്ക്കു മേലുള്ള കടന്നു കയറ്റമായി തോന്നിയതിനാൽ ഞാൻ വീണ്ടും തനിച്ചു മുറിയിൽ പ്രവേശിച്ചു. അർപ്പണ ബോധത്തിന്റെ മകുടോദാഹരണമായി മാറിയ പ്രവൃത്തി ഫലം കണ്ടു. യുദ്ധത്തിൽ ജയിച്ച പടത്തലവന്റെ തലയെടുപ്പോടെ ഞാൻ കുപ്പി ആ ജീവനക്കാരിക്ക് കൈമാറി. യുദ്ധദ്രവ്യം ഒളികണ്ണിട്ടു നോക്കിയ ജീവനക്കാരിയിൽ നിന്നും വീണ്ടും ഒരു മന്ദസ്മിതം,

"കൊള്ളാല്ലോ കാലാൾക്കൂട്ടം, കുപ്പി നന്നായി അടച്ചില്ലേൽ വെളിയിൽ ചാടാനുള്ള കെൽപ്പുണ്ടവർക്ക് കേട്ടോ"

ജീവനക്കാരിയുടെ അനുമാനം വളരെ ശരിയായിരുന്നു, സൂക്ഷ്മ പരിശോധനയ്ക്കു ശേഷം ഫലം പുറത്തു വന്നു, കഴിവുകൾ തെളിയിക്കുന്ന സാക്ഷ്യ പത്രം; നിലവിട്ട് നിന്നിരുന്ന എന്റെ ശ്വാസം അങ്ങനെ നേരെയാകാൻ തുടങ്ങി.

കാര്യശേഷി ഉള്ളവരും എന്നാൽ അജ്ഞാത കാരണങ്ങൾക്ക് കൂട്ടായവരുമായ മിഥുനങ്ങൾ എന്ന തരം തിരിവിലേയ്ക്ക് അവർ ഞങ്ങളെ വകഞ്ഞു മാറ്റി. വളരെയധികം വിലയുള്ള ഒരു മരുന്ന് അവർ അവളിലേയ്ക്ക് കുത്തിവയ്ച്ചു, എന്നിട്ട് ഒരു ഉപദേശവും;

"പന്ത്രണ്ട് മണിക്കൂർ സമയം ഉണ്ട് നിങ്ങൾക്ക്, എത്രത്തോളം ബന്ധപ്പെടാൻ ആകുമോ അത്രത്തോളം ആയിക്കൊള്ളൂ."

ഉച്ചയ്ക്ക് മുന്നേ വീട്ടിലെത്തിയ ഞങ്ങൾ രണ്ടു വട്ടം ആ കുത്തിവയ്പ്പിനെ ആഘോഷിച്ചു; അതിനു ശേഷം ഞാൻ എന്റെ ജോലി സ്ഥലത്തേയ്ക്ക് പോയി. കുറച്ചു കഴിഞ്ഞപ്പോൾ ഭാര്യയുടെ ഒരു സന്ദേശം മൊബൈലിൽ വന്നു. "മരുന്നിന്റെ വില ഓർമ്മ കാണും എന്ന് വിശ്വസിക്കുന്നു, സ്നേഹപൂർവ്വം, ..."

തുടർന്നുള്ള എന്റെ ശുഷ്കാന്തി ഞാൻ പോലും അറിയാതെ വീട്ടിൽ എത്തുകയും കട്ടിലിന്മേൽ താളം പിടിച്ചു വീണ്ടും വീണ്ടും ആഘോഷിക്കുകയും ചെയ്തു, പല വട്ടം, മരുന്നിനെ ഓർത്ത് വെറും യാന്ത്രികമായി...

ദിവസങ്ങൾ കടന്നു പോയി, അവസ്ഥകൾക്ക് യാതൊരു മാറ്റവും ഇല്ലാതെ വീണ്ടുമൊരു ആശുപത്രി സന്ദർശനം. ഭാര്യയുടെ മുഖത്ത് പതിവിൽ കവിഞ്ഞ ഉദാസീന ഭാവം വെളിവായിരുന്നു. മുന്നിലേയ്ക്ക് നടന്നു വരുന്ന സുന്ദരിയായ ജീവനക്കാരിയിലേയ്ക്ക് എന്റെ കണ്ണുകൾ പാളിയപ്പോൾ ഭാര്യയുടെ മുഖത്തെ പുച്ഛം കഥയില്ലാത്തവന്റെ നിഴലാട്ടമായി വ്യാഖ്യാനിക്കപ്പെട്ടിരുന്നു. യാതൊരു കൂസലുമില്ലാതെ ആ ജീവനക്കാരി എന്റെ ഭാര്യയുടെ തോളിന്മേൽ കൈ വച്ചു. എന്നിട്ടു അവളെ എന്നിൽ നിന്നും മാറ്റി നിറുത്തി സംസാരിച്ചു.

"മാഡം, എനിക്ക് അദ്ധ്യാപികയായ നിങ്ങളോടു എന്തെന്നില്ലാത്ത ബഹുമാനമാണ്; ഞാൻ എന്നെപ്പറ്റി നിങ്ങളുടെ മുന്നിൽ വെളിപ്പെടുത്തിയില്ല, മാപ്പ്. എന്റെ അനുജത്തി കോളേജിൽ പഠിക്കുന്ന സമയത്ത് അവൾക്കൊരു സഹായം ആവശ്യമായി വന്നപ്പോൾ അവളെ താങ്ങി നിറുത്തിയത് നിങ്ങളുടെ നല്ല മനസും അപാര ധൈര്യവുമാണ്."

ഭാര്യ : "ഓ, ആരതിയുടെ ചേച്ചിയാണ് അല്ലേ?"

ജീവനക്കാരി : "അതെ മാഡം... ഒരുപാടു സംസാരിക്കണമെന്നുണ്ട്; നല്ല തിരക്കാണ് ഇപ്പോൾ, ഒരേയൊരു കാര്യം പറഞ്ഞോട്ടെ; നിങ്ങൾ രണ്ടുപേർക്കും കുഴപ്പങ്ങൾ ഒന്നും തന്നെ ഇല്ല. അകാരണമായ സന്ദേഹങ്ങളാണ് ഈ അന്ധതയ്ക്ക് കാരണം. ഈ സാറൊരു ഭീരുവാണ്; സൃഷ്ടിക്കായി അദ്ധ്വാനിക്കുന്ന ഭീരു... ഒരിക്കലും സൃഷ്ടിക്കായി അദ്ധ്വാനിക്കരുത്, സാറിന്റെ ഭീരുത്വം മാറണമെങ്കിൽ പുതുമകൾ ജീവിതത്തിൽ വരണം; ഒരേ രീതി, ഒരേ സ്ഥലം, ഒരേ അദ്ധ്വാനം, ഒരേ നിലവിളി, ഒരേ സന്തോഷം ഇതിലെല്ലാം ഉപരിയായ പുതുമകൾ. അനുകൂലങ്ങളായ ദിനങ്ങൾ സാറിന്റെ ശ്രദ്ധയിൽ നിന്നും മാറ്റി വിട്ട് ആഘോഷിക്കൂ; പുതുമകളാണ് സൃഷ്ടിയുടെ ഉറവിടം. ആത്മാംശം ഭീരുത്വമായാൽ ജീവാംശം കിനിയുന്നതിൽ നിന്ന് പ്രകൃതി മാറി നിൽക്കും."

അടുത്ത പ്രാവശ്യം സന്തോഷ വാർത്തയുമായാണ് ഞങ്ങൾ ആശുപത്രിയിൽ എത്തിയത്. കുഞ്ഞു ജനിച്ചു കഴിഞ്ഞ ശേഷമാണ്

ബന്ധുക്കളുടെയും, മത പുരോഹിതരുടെയും, കൂട്ടുകാരുടെയുമൊക്കെ ഉപദേശങ്ങൾക്കും പ്രാർത്ഥനകൾക്കും മുകളിൽ നിൽക്കുന്ന ആ ജീവ രഹസ്യം അവൾ എന്റെ കാതുകളിൽ മന്ത്രിച്ചത്.

"ശ്രമകരമല്ലാത്ത കലയാണത്രെ ജീവന്റെ ആധാരം."

17

പൗരുഷാന്ധത

എന്റെ ജീവിതത്തിലെ ഒരു പ്രത്യേക സാഹചര്യത്തിൽ കൂട്ടായി നിന്ന ഒരു ആംഗലേയ പദം ഉണ്ട് - നഡ്ജ്. പുറകിൽ നിന്നും ചെറുതായി ഒന്ന് തള്ളുക എന്നതാണ് ഈ പദത്തിന്റെ അർത്ഥം. ചുറ്റുപാടുകളുടെ അർത്ഥം അറിഞ്ഞ ശേഷം സർഗ്ഗാത്മകതയുടെ പിൻബലത്തോടെ ക്രിയാത്മകമായി ഈ പദം ഉപയോഗിച്ചാൽ വളരെയേറെ ഗുണപരമായ മാറ്റങ്ങൾ മാനുഷിക ബന്ധങ്ങളിൽ സൃഷ്ടിക്കാൻ സാധിക്കും. പ്രത്യേകിച്ചും ഒരു വ്യക്തിയെ അയാൾ അറിയാതെ പുറകിൽ നിന്നും ഒന്ന് താങ്ങിയാൽ ചില മാറ്റങ്ങൾ അയാൾ പോലും അറിയാതെ സംഭവിക്കാം. വ്യക്തി ഗുണമുള്ള ആൾക്കാരുമായി കൂട്ടുകൂടുന്നതിന്റെ ശാസ്ത്രഗുണം ഇവിടെയാണ് വെളിപ്പെട്ടു

വരുന്നത്.

സ്ത്രീയെ മനസിലാക്കാനുള്ള കഴിവ് പൊതുവെ പുരുഷന്മാർക്ക് വളരെ കുറവാണ് എന്നതാണ് എന്റെ പക്ഷം. പൗരുഷത്തിന്റെ തിമിരക്കണ്ണുകൾ കൊണ്ട് നോക്കുന്നതാകാം അതിനു കാരണം. 'ഞാൻ മനസിലാക്കാൻ വളരെ ശ്രമിച്ചു എന്നിട്ടും തോറ്റുപോയി' ഈ വാക്കുകൾ ഇടയ്ക്കിടയ്ക്ക് ചുറ്റുപാടുകളിൽ നിന്നോ നമ്മിൽ നിന്നോ കേൾക്കാറുള്ളതാണ്. സ്ത്രീയെ മനസിലാക്കാനുള്ള കാര്യങ്ങൾ ശ്രമകരമായി ചെയ്യുമ്പോൾ അവനവനിലെ കൃത്രിമത്വം വെളിവാകുകയും തന്മൂലം അവളിലെ ഏതെങ്കിലും ഗുണപരമായ വസ്തുതകൾ കണ്ണിൽപ്പെടാതെ മറഞ്ഞു നിൽക്കുകയും ചെയ്യും. നേരെ മറിച്ചു ശ്രമകരമായല്ലാതെ ആസ്വദിച്ചും സ്വീകരിച്ചും ചെയ്യുന്ന കാര്യങ്ങളിൽ എല്ലാ ഗുണപരമായ വസ്തുതകളും തുറക്കപ്പെടുകയും ചെയ്യും.

മേല്പറഞ്ഞതെല്ലാം തത്വ ചിന്തകൾ. ജീവിതത്തിൽ ചിലപ്പോഴൊക്കെ വന്നുചേരുന്ന അനുഭവങ്ങൾ, ചിന്തകൾക്ക് പോലും അതീതമായി മഥനം ചെയ്യുന്നതാണ്.

എന്റെ കല്യാണം കഴിഞ്ഞിട്ട് പതിനാല് വർഷം. സഹധർമ്മിണിയെ മനസിലാക്കുന്നതിൽ പരാജയപ്പെട്ടവൻ, കൃത്രിമത്വങ്ങൾ ഇല്ലാതെ യാതൊരു കാര്യങ്ങളും ചെയ്യാത്തവൻ , കുടുംബ കാര്യങ്ങൾ ഒഴിച്ച് മറ്റുള്ളവ നന്നായി ആസ്വദിച്ചു തന്ത്രപരമായി പെരുമാറുന്നവൻ ഇങ്ങനെ തുടരുന്നു കുടുംബത്തിൽ എന്നെക്കുറിച്ചുള്ള അളവ് കോലുകൾ.

കുഞ്ഞുങ്ങൾക്കായി പാല് കാച്ചുകയായിരുന്നു അവൾ. അടുപ്പിന്റെ മുന്നിൽ നിന്ന് പാലിനെ ഉറ്റുനോക്കി അത് പൊങ്ങുന്നതും കാത്തിരിക്കുമ്പോൾ, പാല് തന്റെ കണ്ണുകളെ ചതിച്ചു കൊണ്ട് പൊങ്ങുകയും അത് അടുപ്പിലേക്കൊഴുകി അവിടെയെല്ലാം വൃത്തികേടാകുകയും ചെയ്തു. പൊങ്ങലിനെതിരെ കയർത്ത് അടുപ്പിനോട് സംസാരിക്കുന്ന അവളുടെ അടുത്തേയ്ക്ക് ഞാൻ കുട്ടികളുമായി ഓടിയെത്തി. പൊങ്ങലും കളയലും അങ്ങനെ എന്റെ കുറ്റമായി! അപ്പുറത്തെ മുറിയിൽ ഞാൻ മൂളിപ്പാട്ട് പാടിയത് ശ്രദ്ധ തിരിച്ചു എന്നതായി അതിനു വിശദീകരണം. പൊതുവെ തർക്കശാസ്ത്രത്തിൽ താല്പര്യമുള്ള ഞാൻ ഗദ്ഗദകണ്ഠനായി തല

കുമ്പിട്ടു നിന്നു പോയത് സ്ത്രീയിലെ സാഹചര്യങ്ങളെ തിരിച്ചറിയാനുള്ള കഴിവില്ലായ്മ ഞാൻ എന്നിൽത്തന്നെ കണ്ടത് കൊണ്ടായിരുന്നു .

മിച്ചം വയ്ക്കുന്ന തരത്തിലുള്ള സമൃദ്ധിയെന്ന ബലഹീനതയ്ക്ക് ഉടയോളായിരുന്നു അവൾ. രണ്ടു കുഞ്ഞുങ്ങളുടെ അമ്മയെന്ന നിലയിൽ അടുക്കളയിലെ ഏതെങ്കിലും സാധനത്തിന്റെ സമൃദ്ധിയില്ലായ്മ അവളെ വല്ലാതെ അലട്ടിയിരുന്നു. ആഹാര സാധനങ്ങളിൽ മിച്ചം വരുന്നവ ശീതീകരിച്ച പെട്ടിയിലോട്ടു മാറ്റി ദിവസങ്ങൾ കഴിഞ്ഞു ആദ്യം വച്ചതു ആദ്യം എന്ന നിലയിൽ പുറത്തേയ്ക്ക് പോകും. കാക്ക, എലി, പൂച്ച, പട്ടി തുടങ്ങിയവർ അത് സമൃദ്ധമായി കഴിക്കും. ഇതൊക്കെ കാണുമ്പോൾ എന്നിലെ സാമ്പത്തിക ശാസ്ത്രജ്ഞൻ ഉണരും. സാമ്പത്തിക പുരോഗതിയുടെ തകിടം മറിച്ചിലിന് അടുക്കളയിലെ കെടുകാര്യസ്ഥത വഹിക്കുന്ന പ്രധാന പങ്കിനെപ്പറ്റി ആ ശാസ്ത്രജ്ഞൻ അമർഷം രേഖപ്പെടുത്തി സംസാരിക്കും. "നിങ്ങളും പിള്ളേരും മാത്രമല്ല, ആഹാരത്തിനു എല്ലാ ജീവജാലങ്ങളും അർഹരാണ്; മിച്ചം പിടിക്കുന്ന ആഹാരം അവർക്കുള്ളതാണ്... ഇതിനായി ചെലവായ കാശിന്റെ പുണ്യം എനിക്കല്ല നിങ്ങൾക്കുള്ളതാ..." ഇതായിരിക്കും അവളുടെ മറുപടി. സ്ത്രീയിലെ സമൃദ്ധി തിരിച്ചറിയാനുള്ള എന്റെ കഴിവില്ലായ്മ അവിടെയും പ്രകടമായിരുന്നു.

പുരുഷന്റെ ഇടപെടലുകൾ എപ്പോഴും പരാജയപ്പെടുന്നത് അടുക്കള ഭരണത്തിന് ആവശ്യമായതും പാചക കലകയുടെ ശവപ്പെട്ടിയായ അടുക്കളയിലെ ആ തണുത്ത പെട്ടിയുടെ, അതായത്, ഫ്രിഡ്ജിന്റെ അലങ്കാരാവശ്യത്തിനുള്ളതുമായ സാധനങ്ങൾ വാങ്ങാൻ വേണ്ടി ഭാര്യയുമായി ഒരുമിച്ച് പോകുമ്പോഴാണ്. സ്ത്രീയുടെ പാചക കണ്ണുകളിലൂടെ കടന്നു പോകുന്ന സാധനസാമഗ്രികളെ അവരുടെ മനസിലൂടെ പൊള്ളിച്ചെടുത്ത് അത് തന്റെ അത്യാവശ്യമാണെന്ന മസാലച്ചിന്തകൾ ഇട്ട് സജ്ജമാക്കി അതിനെ വേവ് നോക്കുന്ന കൈകളിലൂടെ വലിച്ചെടുത്ത് കൊട്ടകളിലേയ്ക്ക് വീഴിക്കുന്ന ഒരു തരം മാസ്മരികത ഇക്കാലത്തെ കടകൾക്ക് ഉണ്ട്. സാധനങ്ങളുടെ പ്രദർശന വിസ്മയമായമാണ് അതിനു പ്രധാന കാരണം. കടയ്ക്കു പുറത്ത് നിന്നുകൊണ്ട് സാധനം വാങ്ങിക്കുന്നതും സാധനത്തിന്റെ

അടുത്ത് പോയി തെരെഞ്ഞെടുക്കുന്നതും ഇച്ഛാശക്തികളെ കാര്യമായി ബാധിക്കാറുണ്ട്. മൂവ്വായിരം രൂപയ്ക്ക് പതിനഞ്ചു ദിവസത്തേയ്ക്ക് സമൃദ്ധമായി കഴിയേണ്ടുന്നത് ഞാൻ ഒറ്റയ്ക്ക് പോയി വാങ്ങുമായിരുന്നു. "ഞാനും വരട്ടെ ഒരുമിച്ചു പോകാം" എന്നുള്ള ഭാര്യയുടെ വാക്കുകളെ മാനിച്ചു ഞാൻ ചെവി കൊടുത്തത് എനിക്ക് മറ്റൊരു തിരിച്ചറിവിന് കാരണമായി.

നാലുചക്ര വാഹനത്തിനുള്ളിൽ തണുത്ത അന്തരീക്ഷം സൃഷ്ടിച്ചു ഒറ്റയ്ക്കിരിക്കുമ്പോൾ ഒരു പുരുഷന് കിട്ടാവുന്ന സുഖലോലുപത പറഞ്ഞറിയിക്കാനാകില്ല എന്ന വസ്തുത അവൾക്കറിയാമായിരുന്നതു കൊണ്ട് അത് മുൻനിറുത്തി എന്നെ വാഹനത്തിൽ തനിച്ചാക്കി സാധനങ്ങൾ വാങ്ങിക്കാനായി അവൾ പോയി. കുറച്ചു സമയം കഴിഞ്ഞു മൊബൈലിൽ ഒരു സന്ദേശം വന്നതും വാഹനത്തിന്റെ പിൻ വശത്തെ വാതിൽ തുറന്നതും ഒരുമിച്ചായിരുന്നു. ഒരു ചെറുപ്പക്കാരൻ സാധനങ്ങൾ എന്റെ വാഹനത്തിൽ അടുക്കി വയ്ക്കുന്നു. വാഹനത്തിന്റെ പിൻ വാതിൽ അടഞ്ഞപ്പോൾ ഞാൻ മൊബൈൽ സന്ദേശത്തിലേയ്ക്കു നോക്കി. അയ്യായിരത്തി അഞ്ഞൂറ്റി എഴുപത്തെട്ടു രൂപ!

തിരിച്ചു പോകുമ്പോൾ ഞാൻ അവളോട് എന്തൊക്കെയോ പുലമ്പുന്നുണ്ടായിരുന്നു.

ഒരിക്കൽ അനുവദിച്ചു കൊടുത്ത അവകാശം സ്ത്രീകളിൽ നിന്നും തിരിച്ചെടുക്കാൻ പുരുഷന് നന്നേ പ്രയാസമാണ്. സാധനങ്ങൾ വാങ്ങുക എന്നത് അങ്ങനെ അവളുടെ കുത്തകയായി മാറി.

അടുത്ത പ്രാവശ്യം കടയിലേയ്ക്ക് കയറാൻ ഞാനും കൂടെ കൂടി. ചക്രത്തിൽ ഘടിപ്പിച്ച വണ്ടിയുമായി അവൾ മുന്നിലും ഞാൻ പുറകിലും. അവളുടെ കൈകൾ കൊട്ടയിലേയ്ക്കവലിച്ചിടുന്ന പലതിനെയും അവൾ കാണാതെ വീണ്ടെടുത്ത് ഞാൻ യഥാസ്ഥാനപ്പെടുത്തി. ഒരേ വരിയിൽ നിരനിരയായി പോകുന്നതിനാൽ തിരിഞ്ഞുള്ള നടത്തം സാമാന്യം ബുദ്ധിമുട്ടാണെന്ന കണക്കുകൂട്ടൽ എനിക്കുണ്ടായിരുന്നു. അതിനാൽ എടുത്ത സാധനങ്ങളുടെ വില നൽകി സാധനങ്ങളുമായി വരാൻ ഭാര്യയെ ചുമതലപ്പെടുത്തിയിട്ട് ഞാൻ വണ്ടിയിലെ തണുത്ത അന്തരീക്ഷത്തിലേയ്ക്ക് ചേക്കേറി. കുറച്ചു നിമിഷങ്ങൾക്ക് ശേഷം

വാഹനത്തിന്റെ പിൻ വാതിൽ തുറക്കപ്പെട്ടു, മൊബൈൽ സന്ദേശം വന്നു, ആറായിരത്തി മുന്നൂറ്റി എഴുപത്തൊന്ന് രൂപ! ഞെട്ടിത്തരിച്ച ഞാൻ പിന്നിലേയ്ക്ക് നോക്കിയതും ഭാര്യ വാഹനത്തിൽ പ്രവേശിച്ചതും ഒരുമിച്ചായിരുന്നു.

"എന്ത് നല്ല പിള്ളേരാ അവർ, കഴിഞ്ഞ പ്രാവശ്യത്തെ ചീട്ട് കമ്പ്യൂട്ടറിൽ നോക്കിയിട്ട് കൊട്ടയിലില്ലാത്തതെല്ലാം പെട്ടെന്ന് തന്നെ അവർ എടുത്തു തന്നു. ഇനി സാധനങ്ങൾ വാങ്ങുമ്പോൾ നിങ്ങൾ കൊട്ടയും തള്ളി മുന്നിൽ നടന്നാൽ മതി, കേട്ടോ"

നിയന്ത്രണം വിട്ട ഞാൻ പൊട്ടിത്തെറിച്ചു; അവളുടെ തിരിച്ചുള്ള മറുപടി എന്നെ ഭർതൃപരാജയത്തിന്റെ പടു കുഴിയിലേയ്ക്ക് തള്ളി വിടുന്നതായിരുന്നു.

"നിങ്ങൾ എത്ര കിടന്നു ഒച്ചയെടുത്താലും ഈ ശീതീകരിച്ച വാഹനം വിട്ടു അത് വെളിയിൽ പോകില്ല. കുര കേട്ടാലെന്താ, വിചാരിച്ച സമൃദ്ധിയിൽ കാര്യം നടന്നില്ലേ?"

കാര്യനിർവഹണം ജോലിസ്ഥലങ്ങളിൽ നടപ്പാക്കുന്നതിൽ കേമനാണെന്നു സ്വയം നടിച്ചിരുന്ന ഞാൻ തകർന്നു തരിപ്പണമായ നിമിഷമായിരുന്നു അത്. ചില കാര്യങ്ങളിലെ പുകച്ചിലുകൾ മനഃപൂർവം മറന്നില്ലായെങ്കിൽ അടുപ്പുകൾ പുകയില്ലെന്ന തിരിച്ചറിവ് എന്നെ പെട്ടന്ന് തന്നെ ഒരു സമാധാനപ്രിയൻ ആക്കി. പക്ഷെ ഞാൻ കാത്തിരിക്കയായിരുന്നു.

വീണ്ടും ആ സുദിനം വന്നെത്തി - സാധനങ്ങൾ വാങ്ങുന്ന ദിവസം. ഞങ്ങൾ ഒരുമിച്ചു കടയിലെത്തി. അവൾ എ.ടി.എം കാർഡിനായി കൈ നീട്ടി. എന്നാൽ കാർഡിന് പകരം ഞാൻ അവളുടെ കൈകളിൽ ഏഴായിരം രൂപ വച്ചിട്ട് ഇപ്രകാരം പറഞ്ഞു,

"ആവശ്യമുള്ള എന്തും വാങ്ങിച്ചോ, ഞാനിനി ഒരു തല്ലിനും വരുന്നില്ല, മിച്ചം വരുന്ന കാശ് നീ തന്നെ വച്ചോളൂ."

പ്രിയ സുഹൃത്തുക്കളെ, അന്ന് അവൾ തിരിച്ചു വാഹനത്തിൽ കയറിയപ്പോൾ ഞാൻ ഇടങ്കണ്ണിട്ടു ആ ബില്ലിലേയ്ക്ക് നോക്കി. വെറും രണ്ടായിരത്തി അഞ്ഞൂറ്റി എൺപത് രൂപ അമ്പത് പൈസ. അന്ന് അവൾ തുടങ്ങിയ സമ്പാദ്യ ശീലം ഇന്നും തുടരുന്നു. എന്റെ സാമ്പത്തിക പ്രതിസന്ധികളിൽ ആ സമ്പാദ്യത്തിൽ നിന്നും കടം തന്ന് എന്നെ അവൾ കരുതുന്നു.

അവിശ്വസനീയമായ ആ മാറ്റത്തിന് കാരണം ആ ആംഗലേയ പദത്തിന്റെ സർഗ്ഗാത്മക ഉപയോഗമാണ്, അവൾ പോലും അറിയാതെ ഗുണപരമായ മാറ്റം വന്ന ഒരു തള്ളിന്റെ ഫലം.

"സാധനങ്ങൾ കുറവാണല്ലോ എന്തേലും വാങ്ങിക്കാൻ വിട്ടു പോയോ" എന്ന് പിന്നീടൊരിക്കൽ ഞാനവളോട് തമാശാരൂപേണ ചോദിച്ചു.

"ചില കാര്യങ്ങൾക്ക് എല്ലാ ജീവജാലങ്ങളും അർഹരല്ല. മിച്ചം പിടിക്കുന്ന കാശ് കാക്ക, എലി, പൂച്ച, പട്ടി തുടങ്ങിയ ജീവജാലങ്ങൾ തിരിഞ്ഞു പോലും നോക്കുന്നില്ല. അവരെക്കാളും ഗതിയില്ലാത്തവൻ ഇടയ്ക്കിടയ്ക്ക് അത് എന്നിൽ നിന്നും വാങ്ങുന്നുമുണ്ട്!"

പൗരുഷാന്ധത സ്ത്രീത്വത്തിനു മുൻപിൽ ഇതാ വെളിപ്പെടുന്നു.

18

തറുതല

ഉപദേശം എന്തായാലും അതിനെതിരെ 'തറുതല പറയുന്നവൻ' (തർക്കുത്തരം അഥവാ അനാവശ്യ വാദം) എന്ന പേര് കുട്ടിക്കാലത്തിൽത്തന്നെ എനിക്കുണ്ടായിരുന്നു. അടിച്ചേൽപ്പിക്കപ്പെട്ട ആ വിരുത് എന്റെയൊപ്പം വളരുകയും ഞാൻ ചെയ്ത വിദ്യാഭ്യാസത്തിനോടൊപ്പം, ബിരുദവും ബിരുദാനന്തര ബിരുദവും

നേടി ആ മേഖലയിൽ കാരണവരാകുകയും ചെയ്തു. ഞാനതിനെ അനുകൂലിച്ചു പറയുന്നതല്ല; ഇത്തരം പറച്ചിലുകൾ കൊണ്ട് പലതിനെയും മുൻവിധിയില്ലാതെ സമീപിക്കാനും, കാര്യകാരണ സഹിതം അവലോകനം ചെയ്യാനും എനിക്ക് സാധിച്ചിട്ടുണ്ട്. തറുതലയിലെ വിരുതിന്റെ വ്യാപ്തി സന്ദർഭോചിതമായിരിക്കണം, അതല്ലായെങ്കിൽ അനിഷ്ടങ്ങൾ വരാനുള്ള സാധ്യതയുണ്ട്. അമ്മയും ഞാനുമായിട്ടുള്ള ബന്ധം വളരെയധികം ദൃഢപ്പെട്ടതിന് കാരണം ഇത്തരത്തിലുള്ള തറുതല പറച്ചിലുകൾ തന്നെയാണ്.

"നിന്നെ ഞാൻ പഠിക്കാൻ വിട്ടപ്പോഴുണ്ടായിരുന്ന സ്വർണ്ണത്തിലുള്ള മോതിരം എവിടെടാ? പൊക്കിളിന് താഴെ വരെയുണ്ടായിരുന്ന സ്വർണ്ണ മാല എങ്ങനെയാടാ കഴുത്തളവായത്? ഒരു ബ്ലേഡ് പോലും കാശ് കൊടുത്ത് വാങ്ങാൻ കഴിയാത്ത നീ ആണോടാ നിന്റെ കാമുകിയെ നന്നായി പോറ്റിക്കോളാമെന്ന് വാക്ക് കൊടുത്തത്?"

ഇങ്ങനെയുള്ള ചോദ്യങ്ങൾ അനർഗളം അമ്മയിൽ നിന്നും വന്നാൽ എന്താ ചെയ്യുക?

"അമ്മാ, എഴുപത്തിയഞ്ചു വയസ്സ് വരെ ജീവിച്ചാൽ അത് വെറും ഇരുപത്തി ഏഴായിരത്തി മുന്നൂറ്റി എഴുപത്തഞ്ചു ദിവസമാണ്. അതിൽ മൂന്നിലൊന്നിൽക്കൂടുതൽ സമയവും ഉറക്കത്തിന് വേണ്ടിയിട്ടാണ് ചെലവാക്കുന്നത്. അമ്മേ, ഇത്തരം ക്ഷണികമായ ജീവിതം വളർത്തുന്നത് ശരീരത്തേയും ചിന്തകളേയും മാത്രമാണ്. ചിന്തകൾ ഞാനറിയാതെ വളർന്നപ്പോൾ മോതിരം മോതിര വിരലുകളെ തേടിപ്പോയി, ശരീരം വളർന്നപ്പോൾ മാലയുടെ കണ്ണികൾ മുറിഞ്ഞു കഴുത്തളവുമായി, ശരീരം ചിന്തകളെയും ചിന്തകൾ ശരീരത്തെയും പോറ്റിക്കൊള്ളും!"

അമ്മ : "തറുതല... തറുതല... തറുതല... കണ്ണികൾ പൊട്ടിച്ചു വിറ്റാലും സമ്മതിക്കരുത്! തുള്ളി നടന്നോ ഇങ്ങനെ വേട്ടാവെളിയനായിട്ട്..."

ഞങ്ങൾ തമ്മിലുള്ള ഇരുപ്പ് വശം ഏറെക്കുറെ മനസ്സിലായിക്കാണും എന്ന് കരുതുന്നു.

കാലങ്ങൾ കടന്ന് പോയി; എന്റെ കല്യാണ ദിവസത്തിന്റെ തലേ നാൾ രാത്രി എട്ടരയോടടുക്കുന്ന സമയം; അപ്പന്റെ വിളി എന്റെ മൊബൈൽ ഫോണിൽ പ്രതീക്ഷിക്കാതെ വന്നു.

അപ്പൻ : "ഡേയ്, നീ എവിടെയാടെ? വീട്ടിൽ വരുന്നില്ലേ? നാളെയാണ് നിന്റെ കല്യാണം; നാട്ടുകാരെല്ലാരും വന്ന് കൂടും, മറക്കരുത്!"

ഞാൻ : "അപ്പാ ഞാനിത്തിരി ദൂരെയാണ്; മണവാളൻ വരുമ്പോൾ പുറത്താക്കപ്പെട്ട കന്യകമാരുടെ അവസ്ഥ, മണവാളനായ ഞാൻ അവിടെ എത്തുമ്പോൾ സംഭവിക്കാതെ നോക്കണം."

അപ്പൻ : "മൂഢനെ അവന്റെ ഭോഷത്വത്തിൽ എതിരിടുന്നതിനെക്കാൾ കുട്ടികൾ കാണാതെപോയ കരടിയെ എതിരിടുന്നതു ഭേദം, സദൃശ്യവാക്യങ്ങൾ 17:12, വായിച്ചാൽ നന്നായിരുന്നു."

ഈ അപ്പന്റെ മകനല്ലേ; പിന്നെ എങ്ങനെ തറുതല പറയാതിരിക്കും?

പ്രകൃതിയുടെ അലിഖിത നിയമത്താൽ എന്നിൽ ശ്രുതി ചേരേണ്ട പെൺകുട്ടി വീട്ടുകാർ നിശ്ചയിച്ചു ഉറപ്പിച്ച പ്രകാരം എന്റെ ജീവിതത്തിലേയ്ക്ക് കടന്നു വന്നു. ജനിച്ചു വീണ മണ്ണിൽ വേരിറങ്ങി വളർന്ന ബന്ധത്തിന്റെ ഏടുകൾ പുതിയൊരന്തരീക്ഷത്തിൽ പ്രതിഷ്ഠിക്കുമ്പോൾ, വേരുകൾ പൊട്ടിപ്പോകാതിരിക്കാൻ കെട്ടുന്ന താലിച്ചരടിൽ കിടന്ന് സ്വന്തം മാതാപിതാക്കളെയോർത്ത് ചിലപ്പോഴൊക്കെ അവൾ വീർപ്പു മുട്ടി.

ഒരിക്കൽ വളരെ വികാരാധീനയായി അവൾ പറഞ്ഞു - "അപ്പനമ്മമാർ എത്രത്തോളം കഷ്ടപ്പെട്ടിട്ടാണ് നമ്മളെ വളർത്തി വലുതാക്കി ഇതുവരെ ആക്കിയത്".

സ്വതവേ എല്ലാത്തിനും തർക്ക ശാസ്ത്രം ഉന്നയിക്കുന്ന ഞാൻ അവിടെയും ഇടപെട്ടു.

"നോക്കൂ, ഇന്നത്തെ കാലമല്ല അന്ന്. ജീവിത ചെലവുകൾ നന്നേ കുറവായിരുന്നു. അപ്പന്റെയും അമ്മയുടെയും ശമ്പളം നീക്കിയിരുപ്പിന് വേണ്ടി മാത്രമായിരുന്നു. പറമ്പിൽ നിന്നുള്ള ആദായം, മൃഗങ്ങളിൽ നിന്നുള്ള ആദായം, പക്ഷികളിൽ നിന്നുള്ള ആദായം ഇതെല്ലാം മതിയായിരുന്നു കുടുംബ ചെലവുകൾ നടന്നു പോകാൻ. ഞാനും എന്റെ അനിയത്തിയും ഗവൺമെന്റ് സ്കൂളുകളിലാണ് പഠിച്ചത്. പഠിത്തത്തിനായി കൂടുതൽ ഒന്നും തന്നെ അവർ ചെലവാക്കിയിട്ടുമില്ല. അപ്പന് യാതൊരു ദുശീലവും ഇല്ലായിരുന്നു. അപ്പൻ രണ്ടു

സഹോദരിമാരെ കെട്ടിച്ചയച്ചു, സ്ഥലം വാങ്ങി വീട് വച്ചു. അതെല്ലാം നാല്പത്തിയഞ്ചു വയസിനു മുൻപേ ചെയ്തു തീർക്കയും ചെയ്തു."

നെടുവീർപ്പിട്ട ഞാൻ വീണ്ടും തുടർന്നു...

"എന്നാൽ കാര്യങ്ങൾ ഇപ്പോൾ അങ്ങനെയാണോ? പറമ്പുണ്ടോ കൃഷി ചെയ്യാൻ? എവിടെ നിന്നെങ്കിലും മറ്റ് ആദായങ്ങൾ കിട്ടുന്നുണ്ടോ? ശമ്പളം മാത്രമല്ലേ ആശ്രയം. പഠന ചെലവുകളും, യാത്ര ചെലവുകളും താങ്ങാവുന്നതാണോ? സുഹൃത്തുക്കളുമായി ചെറിയ രീതിയിൽ ഒരു കൂടിച്ചേരൽ നടത്തണമെങ്കിൽ എത്രയാ ചെലവ്? ഒരു വിധം മുന്നോട്ട് പോകുന്നു അത്രതന്നെ. ശരിക്കും അവരെക്കാളും ഏറെ കഷ്ടപ്പെടുന്നത് നമ്മുടെ ഈ തലമുറ തന്നെയാ. നീക്കിയിരിപ്പൊന്നും ഇല്ലാതെ പ്രൈവറ്റ് മേഖലയിൽ വെറുതെ ജോലി ചെയ്യാമെന്ന് മാത്രം."

എന്റെ തറുതല കേട്ടിട്ട് അവൾ ദേഷ്യത്തോടെ അകത്തേയ്ക്ക് പോയി. ഞാനറിയാതെ എന്റെ അപ്പൻ ഇതെല്ലം കേട്ട് കൊണ്ട് അടുത്ത മുറിയിൽ നിൽക്കുകയായിരുന്നു. പെട്ടെന്നാണ് അപ്പന്റെ ശബ്ദം പുറത്തേയ്ക്ക് വന്നത്.

"ടാ, നീക്കിയിരിപ്പില്ലാത്ത വിയർപ്പ് ശ്വാസമില്ലാത്തതിന് തുല്യമാണ്. ഗവണ്മെന്റ് ജോലിയിൽ നിന്നും വിരമിച്ച ഞാൻ ശ്വസിച്ചാൽ ശമ്പളമാണ്, അത് പെൻഷനായി അക്കൗണ്ടിൽ വരും, അതാണല്ലോ എന്റെ ദീർഘായുസ്സ്!"

ഞാൻ : "ദീർഘായുസ്സോ?"

അപ്പൻ : "കാര്യം പിടികിട്ടിയില്ല അല്ലേ? എനിക്കും വിരമിച്ച നിന്റെ തള്ളയ്ക്കും ദീർഘായുസ്സ് കിട്ടാൻ വേണ്ടി നിങ്ങളൊക്കെ ഉറക്കെ കരഞ്ഞു പ്രാർത്ഥിക്കുന്നത് കേൾക്കുന്നത് കൊണ്ട് പറഞ്ഞുപോയതാണ്."

അവിടെയും എന്റെ കുടില ബുദ്ധി ഉണർന്നു.

"അപ്പാ, ഞാനും മോശമല്ല, നിങ്ങൾ ജീവിച്ചാലല്ലേ പണം, എന്റെ ശ്വാസം നിലച്ചാൽ വരും പണം, അതാണ് എന്റെ ഇൻഷുറൻസ്!"

നോക്കണേ തലമുറകൾ തമ്മിലുള്ള വ്യത്യാസം...

ആയുസ്സിന്റെ ബലത്തെ ജീവിതത്തിന്റെ പ്രതീക്ഷയാൽ വിടർത്തേണ്ടിടത്തു ബിസിനസ്സിന്റെ തലതൊട്ടപ്പന്മാർ വച്ച ഇൻഷുറൻസ് എന്ന മഴു പുതിയ തലമുറയുടെ ദീർഘായുസിന് വേണ്ടി

പ്രാർത്ഥിക്കുന്നു, ഇൻഷുറൻസ് എടുത്തയാൾ മരിച്ചു പോകാതിരിക്കാൻ! ക്ലെയിം നൽകി കമ്പനിയ്ക്ക് നഷ്ടം വരാതിരിക്കാൻ! മറുവശത്ത് പെൻഷൻ വാങ്ങിക്കുന്ന അപ്പനമ്മമാരുടെ ദീർഘായുസ്സിന് വേണ്ടി പ്രാർത്ഥിക്കുന്ന മക്കളും!

കുബുദ്ധിയും തറുതലയും അന്ധാളിച്ചു പോയ ഒരു അവസരവും എന്റെ ജീവിതത്തിലുണ്ടായിട്ടുണ്ട്.

വീട്ടിൽ നിന്നും പന്ത്രണ്ട് കിലോമീറ്റർ അകലെയായിരുന്നു എന്റെ ജോലി സ്ഥലം. കാറിലായിരുന്നു ഞാൻ ജോലിയ്ക്ക് പൊയ്ക്കൊണ്ടിരുന്നത്. പോകുന്ന വഴിയ്ക്ക് പാലത്തിനു കുറുകെയായി ഒരു ടോൾ ബൂത്ത് ഉണ്ട്. രണ്ട് രൂപയായിരുന്നു ടോൾ ആയി നൽകേണ്ടിയിരുന്നത്.

എല്ലാ ദിവസവും രാവിലെ ഇറങ്ങാൻ നേരം ഞാൻ "അമ്മാ" എന്ന് നീട്ടി വിളിക്കും.

അമ്മ : "രാവിലെ എന്തെരെടാ തൊള്ളയിട്ട് കിടന്ന് കാറുന്നത്?"

ഞാൻ : "ടോൾ കൊടുക്കാൻ പൈസ ഇല്ല അമ്മ, പൈസ വേണം."

അമ്മ : "ടാ, കഴുപ്പണംകെട്ടവനെ, നീ എന്ത് ഉണ്ടാക്കാനാണ് ജോലിയ്ക്ക് പോകുന്നത്? രണ്ടും രണ്ടും നാല് രൂപ തികച്ചെടുക്കാനില്ലാത്ത നീയാണോ ഉദ്യോഗസ്ഥൻ?"

ഞാൻ : "കഴുപ്പണംകെട്ടവനെ വിളിയിലും ഉണ്ടമ്മാ പണം; വിളിച്ച വിളിയിലെ പണം തന്നാൽ മതി..."

പുലമ്പി പുലമ്പി അകത്ത് പോകുന്ന അമ്മ കുറച്ചു നോട്ടുകളുമായി തിരിച്ചു വരും; അതിൽ നിന്നും ഏറ്റവും ചെറിയ നോട്ട് തിരയുമ്പോൾ, ഞാൻ അതെല്ലാം ഒറ്റയടിയ്ക്കു തട്ടിപ്പറിച്ചു ഓടി മാറും; എന്നിട്ട് അമ്മയെ കെട്ടിപ്പിടിച്ചു തുരുതുരെ ഉമ്മ വയ്ക്കും, തിരിച്ചു അമ്മയും. ഇത്തരത്തിൽ തറുതലയിലെ സ്നേഹം ഞങ്ങൾ വളരെ ഗാഢമായി ആസ്വദിച്ചിരുന്നു.

എന്റെ ഭാര്യ ഞങ്ങൾ തമ്മിൽ ഉച്ചത്തിലുള്ള സംസാരങ്ങളും വഴക്കുകളും എല്ലാം ശ്രദ്ധിക്കുന്നുണ്ടായിരുന്നു. ഒരു ദിവസം രാവിലെ ജോലിയ്ക്കു പോകാൻ ഇറങ്ങുന്ന നേരം അവൾ ഓടി എന്റെ അരികിൽ വന്നു.

നിറകണ്ണുകളോടെ ഒരു ഹോർലിക്സ് കുപ്പി എന്റെ നേരെ നീട്ടി.

"ഏട്ടൻ ആരുടേയും മുന്നിൽ തെണ്ടുന്നത് എനിക്കിഷ്ട്ടമില്ല; ഇത് കാറിൽ വച്ചോളൂ."

ഞാൻ കുപ്പിയിലേക്ക് സൂക്ഷിച്ചു നോക്കി; കുപ്പി നിറച്ചും രണ്ട് രൂപ നാണയത്തുട്ടുകൾ!

തറുതല ആകെ നാണിച്ചു തല കുമ്പിട്ട ദിവസമായിരുന്നു അത്...

19

തലയെടുപ്പ്

താളാത്മകമായി വ്യത്യസ്ഥതയോടെ ജീവിക്കുക എന്നത് ഒരു കലയാണ്. കാര്യങ്ങൾ ഒരേ തരത്തിൽ ചെയ്യാതെ അതിനെ പല രീതികളിൽ സാധ്യമാക്കാൻ ശ്രമിച്ചാൽ എന്തെന്നറിയാത്ത ഒരു സന്തോഷം നാം അറിയാതെ നമ്മിൽ വന്നു ചേരും. മുറിയിലെ കട്ടിലിന്റെ സ്ഥാനം മാറ്റിയിട്ട് അതിന്മേൽ കിടക്കുമ്പോൾ, പതിവ് സ്ഥലത്ത് നിന്നും മാറി ഭക്ഷണവുമായി പുറത്തെ അലക്ക് കല്ലിന്മേലിരിക്കുമ്പോൾ, സദാ കുടിക്കുന്ന കാപ്പി മാറ്റി ചായ കുടിക്കുമ്പോൾ, അങ്ങനെ പലതും. വ്യത്യസ്ഥതയിൽ തൃപ്തി

തോന്നുന്നില്ലായെങ്കിൽ യാന്ത്രികതയുടെ അടിമകളായി നാം മാറിക്കഴിഞ്ഞു എന്നതാണ് അർത്ഥം. യാന്ത്രികതയിലെ അടിമത്തം ചില അനുഭവങ്ങളിലൂടെ ഞാനും മനസിലാക്കിയിട്ടുണ്ട്.

അത് ഒരു ഞായറാഴ്ചയായിരുന്നു; ആഴ്ചയിലെ ആറ് ദിവസവും വീടാകുന്ന സ്വാതന്ത്ര്യത്തിൽ നിന്നും പകൽ നേരം സ്വതന്ത്രനായി, നിയന്ത്രിത സ്വാതന്ത്ര്യത്തിന്റെ മറ്റൊരു കൂടായ ജോലിസ്ഥലത്തിൽ സ്വയം കെട്ടപ്പെട്ടു ജീവിക്കുന്ന സമയം...

പതിവ് പോലെ, ഭാര്യയുടെ കളനാദം ഉറക്കച്ചടവിൽ നിന്നുണരാൻ എന്നെ ആട്ടി വിളിക്കുകയായിരുന്നു;

"അതേയ്, കുഞ്ഞുങ്ങൾക്ക് കോഴിക്കറി വേണമെന്ന്; പോയി കോഴി വാങ്ങി വരാമോ? ഞാൻ കറി വയ്ക്കാം"

ഭാര്യയുടെ ആവശ്യാനുസരണം കോഴി വാങ്ങാൻ പ്രഭാത കൃത്യങ്ങളെല്ലാം കഴിഞ്ഞിട്ട് ഞാൻ വീട്ടിൽ നിന്നും ഇറങ്ങി, റിമോട്ട് കീ ഉപയോഗിച്ച് കാർ തുറന്നു, ക്ലെ ക്ലെ എന്ന സന്തോഷ ശബ്ദത്തോടെ വാഹനം എന്നെ സ്വീകരിച്ചു, വാഹനം പ്രവർത്തിച്ചു തുടങ്ങിയപ്പോഴേക്കും എനിക്കേറ്റവും ഇഷ്ടമുള്ള പാട്ടുകൾ ഞാൻ നിർദ്ദേശിക്കാതെ ബ്ലൂടൂത്ത് വഴി ശബ്ദകോളാമ്പിയിൽ കേൾക്കാൻ തുടങ്ങി, ആവശ്യമായ സുരക്ഷാ നിർദ്ദേശങ്ങൾ സ്ക്രീനിൽ തെളിഞ്ഞു വന്നു; എല്ലാ ദിവസത്തിലെയും പോലെ എന്റെ വാഹനം എന്നെ നിയന്ത്രിക്കുകയായിരുന്നു. ജോലി സ്ഥലത്ത് എത്തി വാഹനം ഒതുക്കി മുന്നോട്ട് നടന്ന എന്നോട് 'സാർ, ഞാറാഴ്ചയായിട്ട് ഇന്നെന്താ ഇവിടെ?' എന്ന് സുരക്ഷാ ജീവനക്കാർ ചോദിച്ചപ്പോഴാണ് പരിസര ബോധം എന്നിലേയ്ക്ക് തിരികെ എത്തിയത്. എന്നെ ഇളക്കി മറിച്ച ആ സംഭവത്തെ ജീവിതത്തിൽ നടന്ന മറ്റൊരു സംഭവവുമായി ഞാൻ കൂട്ടി വായിച്ചു. എത്ര ഓർക്കാൻ ശ്രമിച്ചിട്ടും അന്നത്തെ ദിവസം എ.ടി.എം പിൻ അക്കങ്ങൾ ഓർമ്മയിൽ വരുന്നില്ല. എന്നിട്ടും, എന്നിൽ നിറഞ്ഞ ശരീര ഭാഷയുടെ ആവേശത്തിന്മേൽ എ.ടി.എം കാർഡുമായി ഞാൻ മെഷിനിന്റെ അടുത്തെത്തി, കാർഡ് മെഷിനിൽ ഇട്ടു, എന്റെ ശിരസ്സ് അറിയാതെ, എന്നിലെ കൈവിരലുകൾ മെഷിനിലെ അക്കങ്ങളെ തഴുകി, ശരിയായ തഴുകൽ കാശിനെ മെഷിനിൽ നിന്നും പുറത്തേയ്ക്ക് എത്തിച്ചു. ബോധതലങ്ങളെപ്പോലും മാറ്റി നിറുത്തി അവയവങ്ങൾ പ്രവർത്തന സ്വാതന്ത്ര്യം ഏറ്റെടുത്തിരിക്കുന്ന

അവസ്ഥ, മനസ്സറിയാതെയുള്ള യാന്ത്രിക ചലനങ്ങൾ... അത് ഗുണകരമാണോ ദോഷകരമാണോ എന്നൊന്നും എനിക്ക് അറിയില്ല. എന്നാൽ, എന്നിൽ അടിഞ്ഞു കൂടിയ ആ തുരുമ്പിനെ ഞാൻ ശിക്ഷിച്ചത്, ഭാഷ പോലും അറിയാത്ത മറ്റൊരു സംസ്ഥാനത്തിൽ പോയി അവിടത്തെ മുൻനിര യൂണിവേഴ്സിറ്റിയിൽ ജോലിയോടൊപ്പം പഠിക്കാവുന്ന ഒരു പാഠ്യ പദ്ധതിയിൽ ചേർന്നിട്ടാണ്.

ആരാധന, പ്രാർത്ഥന, പഠിത്തം എന്തിനേറെ പറയുന്നു ധർമ്മം പോലും യാന്ത്രികമായി മാറിക്കൊണ്ടിരിക്കുന്ന കാലയളവിലാണ് നാം ഇന്ന് ജീവിക്കുന്നത്. കോർപ്പറേറ്റ് സോഷ്യൽ റെസ്പോൺസിബിലിറ്റി എന്ന വാക്ക് തന്നെ യാന്ത്രിക ധർമ്മത്തെയല്ലേ ചൂണ്ടിക്കാട്ടുന്നത്!

ഞാൻ പഠിച്ചിരുന്ന കോളേജിനടുത്ത് സമൂഹം അഭിസാരികയെന്ന് മുദ്രകുത്തി വച്ചിരുന്ന ഒരു സ്ത്രീ പാർത്തിരുന്നു - പേര് 'ആരാധന', വീട്ട് പേര് 'ആലയം'. ചുറ്റുപാടുമുള്ള പുരുഷന്മാർക്ക് പകൽ സമയം അവൾ സാമൂഹ്യ സുരക്ഷയ്ക്ക് എതിരായുള്ള സംസാര വിഷയവും എന്നാൽ സൂര്യന്റെ കിന്നാരം എത്താത്ത നേരത്ത് അവനവന്റെ ഭോഗത്തിനുള്ള മാദക വിഷയവും ആയിരുന്നു.

കർത്താവ് അഭിസാരികയോട് കാണിച്ച അനുകമ്പയോർത്ത് പുരോഹിതന്മാരും; കുഞ്ഞുങ്ങളുടെ പഠിത്തം അന്വേഷിച്ചു കൊണ്ട് അദ്ധ്യാപകരും, വൈദ്യുതി, വെള്ളം, അതിരുകൾ തുടങ്ങിയവയുടെ അളവുകൾ ഇടയ്ക്കിടെ പരിശോധിച്ചു സർക്കാർ ഉദ്യോഗസ്ഥരും, പുരയിടം നോക്കാൻ വേണ്ടി കൃഷിക്കാരും, വിളവെടുക്കാൻ വാണിജ്യക്കാരും അവരവരുടെ നിലകളിൽ യോജിച്ച സാമൂഹിക പ്രതിബദ്ധത ആ ആലയത്തിന് ചുറ്റും പകൽ നേരങ്ങളിൽ ഉറപ്പാക്കിയിരുന്നു. ഇത്തരക്കാരുടെ സാമൂഹിക പ്രതിബദ്ധതയാൽ എന്തുമാത്രം അനുഭവ സമ്പത്ത് ഉണ്ടായിരുന്നിരിക്കണം ഈ ആരാധനയ്ക്ക്? എന്നാൽ, നനഞ്ഞ ഇടം കുഴിക്കുന്ന ഈ സന്ദർശകർ ആരും തന്നെ ഒരു പ്രാവശ്യം പോലും പരസ്പരം കണ്ട് മുട്ടിയിരുന്നില്ലത്രേ! യാന്ത്രികതയുടെ അടിമത്തം ലവലേശം പോലുമില്ലാതെ ജാഗ്രതയോടെയുള്ള പെരുനടത്തം!

മകന്റെ പ്രോഗ്രസ്സ് കാർഡിലെ അക്കങ്ങളെക്കുറിച്ചു സംശയാലുവായ അവൾ, ഒരു ദിവസം, അവനെ പഠിപ്പിക്കുന്ന അദ്ധ്യാപകന്റെ വീട്ടിലെത്തി. ഭാര്യയുമായി നർമ്മ സല്ലാപത്തിൽ

ഏർപ്പെട്ട് വരാന്തയിൽ ഇരുന്നിരുന്ന അദ്ധ്യാപകൻ ഒന്ന് വിളറുകയും, ഒളിയിടം തേടുന്ന അദ്ദേഹത്തിന്റെ ജാഗ്രത ഭ്രമിക്കുകയും, തുടർന്ന്, അയാളിലെ യാന്ത്രികത താനറിയാതെ മറ്റൊരു തുരുത്തിലേയ്ക്ക് അയാളെ നയിക്കുകയും ചെയ്തു; നാട്ടുകാർ അദ്ദേഹത്തെ കിണറിൽ നിന്നും വെള്ളം കുടിച്ച നിലയിൽ ആണ് പിന്നീട് വലിച്ചു കര കയറ്റിയത്! ഓടിക്കൂടിയവരുടെ കൂട്ടത്തിൽ അവളുമുണ്ടായിരുന്നു; ഒളിയമ്പുകളിലെ ജാഗ്രതയും എന്നാൽ ബലമില്ലായ്മയിലെ യാന്ത്രികതയും അയാളുടെ മുഖത്ത് മിന്നി മറഞ്ഞത് അവൾ നിശബ്ദയായി നിന്ന് ദർശിക്കുന്നുണ്ടായിരുന്നു.

ആരെയും നോട്ടം കൊണ്ടോ വാക്കുകൾ കൊണ്ടോ വേദനിപ്പിക്കാതെ ശരീരത്തെ നുറുക്കി വേദന അനുഭവിച്ച സ്ത്രീ. വിശ്വാസിയായിരുന്ന അവൾ മുടങ്ങാതെ എല്ലാ ഞാറാഴ്ചകളിലും ആലയത്തിൽ എത്തിയിരുന്നു, 'നിങ്ങളിൽ പാപമില്ലാത്തവർ കല്ലെറിയട്ടെ' എന്ന തിരുവെഴുത്ത് എഴുതി വച്ചിരിക്കുന്ന ചുവരിനടുത്തായിട്ടായിരുന്നു അവളുടെ സ്ഥിരം ഇരിപ്പിടം. ആലയത്തിൽ പ്രവേശന വിലക്ക് കല്പിക്കാൻ കെൽപ്പുള്ളവർ ആ വചനത്തിന്റെ സ്വീകാര്യതയ്ക്കുള്ളിൽ കിടന്നു കുതറുകയായിരുന്നു... അവളുടെ ആലയ സാമീപ്യം, ആ ചുവരുകൾക്കുള്ളിൽ പുരുഷന്മാരെ വല്ലാതെ അസ്വസ്ഥർ ആക്കി. ആലയമെന്ന അവളുടെ വീടും ആലയമെന്ന ആരാധനാലയവും ഒരേ പ്രതിഷ്ഠയിൽ വെവ്വേറെ ഓജസ്സുകളെ ഓർത്ത് അവരിൽ കലങ്ങിമറിയുകയായിരുന്നു. പുരുഷാരത്തിന്റെ ജാഗ്രത അവളിന്മേലായിരുന്നു; ആ ജാഗ്രത ആരാധനയിലെ സ്തുതിഗീതങ്ങളെ യാന്ത്രികമായ അധരചർവ്വണങ്ങൾ മാത്രമാക്കി.

ആരാധനയ്ക്കായി ദൈവീകതയും മാനുഷീകതയും തമ്മിലുള്ള വടം വലി!

പുരുഷന്മാർ അസ്വസ്ഥർ ആയിരുന്നു എങ്കിലും ആർക്കും അവളെ വെറുക്കാൻ കഴിഞ്ഞിരുന്നില്ല; അവളെ തങ്ങൾ ആഗ്രഹിക്കാത്ത ചുറ്റുപാടുകളിൽ കാണുന്നതായിരുന്നു അവരെ കുഴക്കിയിരുന്നത്.

താൻപെരുമയുള്ള പലരും നിസ്തുല സ്നേഹത്തോടെ അവളെ കാണാൻ ശ്രമിച്ചു; എന്നാൽ അത്, അവരവരുടെ വാരിയെല്ലുകൾക്ക് ഇടയിലായി കൈമുട്ടുകൊണ്ടുള്ള സഹധർമ്മിണിമാരുടെ പ്രഹരമായി.

സ്ത്രീ ജനങ്ങളും അസ്വസ്ഥരായി...

അവൾ ഇടുന്ന കാണിക്കയിന്മേൽ തന്റെ ഭർത്താവിന്റെ വിയർപ്പും വിരലടയാളവും വരരുതേയെന്ന പ്രാർത്ഥന മാത്രമായി; അങ്ങനെ അവരും ആരാധനയിൽ യാന്ത്രികരായി...

സ്ത്രീജനങ്ങൾ അസ്വസ്ഥർ ആയിരുന്നു എങ്കിലും അവർക്കും അവളെ വെറുക്കാൻ കഴിഞ്ഞിരുന്നില്ല; അവളുടെ ഉടലിന്റെ ഭംഗി, നിതംബ വടിവ് , മാറിടങ്ങളുടെ മുഴുപ്പ് തുടങ്ങിയ ആകാര വ്യാഖ്യാനങ്ങളുടെ പൂർണ്ണത, "ഞങ്ങൾക്കാവശ്യമായ 'ആകാരം' തരേണമേ" എന്ന പ്രാർത്ഥനയിൽ അലതല്ലി!

കുമ്പസാരക്കൂടിൽ ഇരുന്ന് കൊണ്ട് അവൾ പറയുന്നവയ്ക്ക് കുമ്പസാരത്തിന് നിരക്കുന്ന തലത്തിലുള്ള അനുതാപമോ പശ്ചാത്താപമോ ഉണ്ടായിരുന്നില്ല; കാരണം, ചെയ്യുന്ന കാര്യങ്ങൾ അവൾക്കു തെറ്റായി തോന്നിയിരുന്നില്ല; എന്നാൽ അതെല്ലാം കേൾക്കുന്ന ചെവിയുടെ ഉടമസ്ഥന്, തന്റെ ചെവിയറിയാതെ മനസ്സിൽ മഥനം ചെയ്ത കാര്യങ്ങളാൽ പരസ്യമായി അവളെ അനുഗ്രഹിക്കാൻ പോലും പറ്റാത്ത അവസ്ഥയായിരുന്നു.

ആലയത്തിൽ നിന്നും ഇറങ്ങിയ ശേഷം അവൾ തനിക്കായി മുൻകൂട്ടി തയ്യാറാക്കി വച്ചിരുന്ന കല്ലറയ്ക്ക് മുന്നിൽ മെഴുക് തിരി കത്തിച്ചു വച്ച് സ്ഥിരമായി പ്രാർത്ഥിക്കുമായിരുന്നു.

കാലം കടന്ന് പോയി; ആരാധന മരണപ്പെട്ടു. അവൾ ആരാധനയ്ക്കായി കരുതി വച്ചിരുന്ന കല്ലറയിൽ അടക്കം ചെയ്യപ്പെട്ടു; യാന്ത്രികതയാൽ വലഞ്ഞ ജനം ആരാധന അടക്കപ്പെട്ടടുത്ത് തിരി കൊളുത്തി ആരാധന തുടങ്ങി...

20

ആലയ പടികളിൽ ഉടഞ്ഞു വീഴുന്ന ബലികൾ

എന്റെ സുഹൃത്ത് സേവ്യർ.

സേവ്യറിന്റെ അമ്മയ്ക്ക് സഹോദരങ്ങൾ ഏഴ് പേർ. അമ്മയുടെ അമ്മയെ അവൻ വിളിച്ചിരുന്നത് അമ്മാമ്മ എന്നായിരുന്നു. അവന്റെ അമ്മാമ്മയ്ക്ക് സഹോദരങ്ങൾ പതിനാറു പേർ! പതിനാറ് പെറ്റ അമ്മാമ്മയുടെ അമ്മയും അവന്റെ അമ്മാമ്മയും ഒരേ സമയം

കുഞ്ഞുങ്ങൾക്ക് തൊട്ടടുത്ത മുറികളിൽ വച്ച് ജൻമം നൽകിയിട്ടുണ്ട്. ബഹുമാനം തെറ്റിയ തലമുറകൾ എന്തുകൊണ്ടാണ് ബന്ധുക്കളുടെ ഇടയിൽ പാർക്കുന്നത് എന്ന് ഇതിൽ നിന്നും വ്യക്തമാണ്! കേട്ടിട്ടില്ലേ ഇത്തരത്തിലുള്ള പറച്ചിലുകൾ, "ഞാൻ മുറയ്ക്ക് അമ്മാവനാ, എന്നോടുള്ള അവന്റെ ധാർഷ്ഠ്യം കണ്ടില്ലേ!" ഭാഗ്യത്തിന്, അത്തരത്തിലുള്ള ബഹുമാനമില്ലായ്മ സേവ്യറിന്റെ കാര്യത്തിൽ മുറ തെറ്റി എത്തിയിരുന്നില്ല. സേവ്യറും അവന്റെ അമ്മയുടെ ഇളയ സഹോദരി സഹോദരന്മാരും തമ്മിൽ വയസുകൾക്കു സാമാന്യം നല്ല അന്തരം ഉണ്ടായിരുന്നു. അതുകൊണ്ട് അവരെല്ലാം ബഹുമാനപുരസ്കരം അവന് കുഞ്ഞമ്മയും മാമന്മാരും ആയി.

സ്വതവേ വികൃതിയായ അവൻ അമ്മയുമായി ഉണ്ടാക്കുന്ന കലപിലകൾ ആ അമ്മ ഒരിക്കൽ അവന്റെ അമ്മാമ്മയോട് പറഞ്ഞപ്പോൾ, വിറയാർന്ന സ്വരത്തോടെ അവർ ഇങ്ങനെ ശാസിച്ചു, "എടാ പിള്ളേ, എന്തിനെടാ നീ എന്റെ മോളെ ഉപദ്രവിച്ചെ, അഞ്ചു വർഷം ഞാൻ കാത്തിരുന്നിട്ട് എനിക്ക് കിട്ടിയ കന്നി പിള്ളയല്ലേ പിള്ളേ നിന്റെ തള്ള , കുരുത്തംകെട്ടവനെ ഇനി അവളെ ഉപദ്രവിച്ചാലുണ്ടല്ലോ, ഹാ..."

"അമ്മച്ചി എന്തെ ഈ പറയണെ, പതിനൊന്ന് വയസ് കഴിഞ്ഞ നിങ്ങളെ കല്യാണം കഴിച്ച അപ്പൂപ്പനല്ലേ കുരുത്തം കെട്ടയാൾ, പിന്നെയും എടുത്ത് അഞ്ചു വർഷം ങ്ങക്ക് വയസറിയിക്കാൻ...", ഇന്നും കൂടിച്ചേരലുകളിൽ ചിരിയലകൾ ഉണ്ടാക്കുന്ന മറുപടിയായിരുന്നു അന്ന് ബുദ്ധിമാനായ അവനിൽ നിന്നും വന്നത്.

എല്ലാ ഞായറാഴ്ചകളിലും കുളിച്ചൊരുങ്ങി അവനെയും കൂട്ടി അവന്റെ അമ്മാമ്മ മൂന്ന് കിലോമീറ്റർ നടന്ന് പള്ളിയിൽ പോകാറുണ്ടായിരുന്നു. സ്ഥിരം ഇരിപ്പിടം കിട്ടാൻ വേണ്ടി ആരാധന തുടങ്ങുന്നതിന് പത്ത് മിനിറ്റ് മുൻപേ അവിടെയെത്തുകയും, ആരാധന തുടങ്ങിക്കഴിഞ്ഞാൽ ആ അമ്മാമ്മ സുഖമായി ഉറക്കം തുടങ്ങുകയും ചെയ്യും. "പിള്ളേ, പാപത്തിൽ ദരിദ്രരായവർ ഭാഗ്യവാന്മാർ, കർതൃ സന്നിധിയിലെ നിദ്രയവർക്കുള്ളത്", ഇതാണ് ചോദ്യ ശരശയ്യയിൽ ചിത്രശലഭമായി ഉറങ്ങാനുള്ള ആ ധാർഷ്ട്യം.

സേവ്യറിന്റെ അപ്പൂപ്പന്റെ മരണശേഷം അവന്റെ അപ്പനായിരുന്നു അവിടുത്തെ തലമൂത്ത കാരണവർ. നൂറു മടൽ പച്ചയോല, ഒരു എരുമ

എന്ന ഒരു സാമ്യവുമില്ലാത്ത സ്ത്രീധനം കൊണ്ടു അവന്റെ ഭാവികാല അപ്പനമ്മമാർ പടുത്തുയർത്ത ജീവിതം മറ്റുള്ളവർക്ക് ഒരു മാതൃകയായിരുന്നു. എരുമയുടെ കൂടെ കിട്ടിയ ഓല എരുമയ്ക്ക് ആഹാരമായി കൊടുക്കാമായിരുന്നു, എന്നാൽ അവന്റെ അപ്പൻ അത് ചെയ്യാതെ അതുകൊണ്ട് എരുമയ്ക്ക് ഒരു ഓലപ്പുരയുണ്ടാക്കി പറമ്പിലെ പുല്ല് പറിച്ചു നൽകി എരുമയെ കറന്ന് അതിൽ നിന്നും ജീവിതം തുടങ്ങി. ഇപ്പോഴുള്ള തലമുറയ്ക്ക് ഇല്ലാതെ പോകുന്നതും ഒരു പക്ഷേ ആ തിരിച്ചറിവാകാം!

സന്തോഷം അലതല്ലി നിന്ന ആ കുടുംബത്തിൽ മാനുഷികതയും ദൈവീകതയും തമ്മിൽ ഒരു വടംവലി നടന്നു, ഒരു കാര്യവുമില്ലാതെ...

പൗരോഹിത്യ പാരമ്പര്യമുണ്ടായിരുന്ന കുടുംബ തായ് വഴിക്ക് ഏഴ് സന്താനങ്ങളിലെ മൂന്ന് ആണുങ്ങളിൽ ഒന്നിനെ കർതൃ വേലയ്ക്കായി മാറ്റേണം എന്നൊരു ഉൾവിളി ഉണ്ടായി. ഉഗ്രപ്രതാപി, നിർഗുണപ്രതാപി, ശാന്തപ്രതാപി ഇത്തരത്തിലായിരുന്നു ആ ആണുങ്ങളുടെ സ്വഭാവ സവിശേഷത. സ്വാഭാവികതയുടെ അനന്ത സാധ്യതയിലും ആധികാരികതയിലും ശാന്തപ്രതാപി ആ ദൗത്യം എറ്റെടുത്തു. ഉള്ളതിൽ ഏറ്റവും ലക്ഷണമൊത്ത ഒന്നിനെ പൗരോഹിത്യ കാര്യങ്ങൾക്കായി മാറ്റാൻ സാധിച്ചതിലെ ചാരിതാർഥ്യം സേവ്യറിന്റെ അമ്മാമ്മയുടെ മുഖത്ത് തുള്ളിക്കളിച്ചിരുന്നു. എല്ലാവർക്കും ഒരുപോലെ പ്രിയങ്കരനായ പൗരോഹിത്യം സ്വീകരിച്ച അവന്റെ മാമൻ എത്ര തിരക്കുകളുണ്ടെങ്കിലും ആഴ്ചയിൽ ഒരു തവണയെങ്കിലും തന്റെ അമ്മയെ കാണാൻ വേണ്ടി ഓടി വരികയും, അമ്മയുടെ കട്ടിലിൽ പത്ത് നിമിഷമെങ്കിലും നീണ്ടു നിവർന്നു കിടക്കയും ചെയ്യുമായിരുന്നു. സേവ്യറിന്റെ അമ്മാമ്മ കിടക്കുന്ന കട്ടിലിൽ നിന്നും കിട്ടുന്ന ഊർജ്ജമായിരുന്നു അയാൾക്ക് തനിക്കു ചുറ്റുമുള്ള ആത്മീയ അന്തരീക്ഷത്തിലെ അശരണരെയും പാവങ്ങളെയും കരുതുവാനുള്ള പ്രാപ്തി നൽകിയിരുന്നത്. ഗാർഹിക ജീവിതത്തിലെ ആത്മീയത വെളിപ്പെട്ട് നിന്ന കാലമായിരുന്നു അത്, എല്ലാ സഹോദരങ്ങളെയും ബന്ധിപ്പിച്ച് നിറുത്തിയിരുന്നു ആ പുരോഹിതന്റെ ആത്മീയത.

അക്കാലത്ത്, സ്വയം ത്യജിച്ചുള്ള സേവനങ്ങൾ അതതിന്റെ പൂർണ്ണതയിലെത്താൻ സ്ത്രീ സാന്നിധ്യത്തിന്റെ നിറവ് ഒരു ചാലക

ശക്തിയായി ഉപയോഗിക്കാമെന്നും അത് ബ്രഹ്മചര്യ അനുഷ്ഠാനവാസനകളെക്കാൾ കൂടുതൽ അലിവും മയമാർന്നതും ആയിരിക്കും എന്ന് ഒരു ക്രിസ്തീയ വിഭാഗം ചിന്തിച്ചതിന്റെ ഫലമായി പൗരോഹിത്യത്തോടൊപ്പം വൈവാഹിക ജീവിതവും നയിക്കണമെന്ന നയപരിമിതി നിലവിൽ വന്നു.

ഇതിന്റെ നിർബന്ധത്താൽ കുറച്ചു കാലങ്ങൾക്കു ശേഷം ആ പുരോഹിതൻ വിവാഹിതനായി. വളരെയേറെ സുന്ദരിയും സുമുഖിയുമായൊരു കോളേജ് അദ്ധ്യാപിക ആയിരുന്നു വധു. ഇത്രയും ഭംഗിയുള്ള ഒരു പെൺകുട്ടി കുടുംബത്തിൽ ഉണ്ടായിരുന്നതേ ഇല്ല. ആംഗലേയ ഭാഷ ഇടകലർന്ന് സംസാരിച്ചിരുന്ന ആ ചേച്ചിയെ എല്ലാവരും യാതൊരു അസൂയയുമില്ലാതെ സ്നേഹിച്ചു, അത്രത്തോളം സ്വീകാര്യതയ്ക്ക് കാരണമായ മാന്യതയും സഹവർത്തിത്വവും അവരിലുണ്ടായിരുന്നു.

ഏതൊക്കെ രീതിയിൽ കാര്യങ്ങൾ വർണ്ണിച്ചാലും ഒരു വ്യക്തിയുടെ മാനുഷിക സ്വീകാര്യതയെ പ്രകൃതി മാനിക്കുന്നത് ചില നിസ്സഹായ അടയാളപ്പെടുത്തലുകളുടെ പിൻബലത്തോടെ ആയിരിക്കും. നിസ്സഹായ അവസ്ഥയിലെ മാന്യതയെ സ്ത്രീത്വത്തിലൂടെ സ്ഫുടം ചെയ്തു അതിന്റെ ലഹരി ആസ്വദിക്കുക എന്നതാണല്ലോ പ്രകൃതിയുടെ നിർവൃതി! അത്തരത്തിലുള്ള പ്രകൃതിയുടെ നിസ്സഹായ അടയാളപ്പെടുത്തലുകൾ ആ ചേച്ചിയെയും പിന്തുടർന്ന് പിടിച്ചു.

പ്രകൃതി നിയമത്തിലെ ദൈന്യത അവരുടെ കുടുംബ ജീവിതത്തിലെ മാസ്മരിക നിമിഷങ്ങളെ ഒന്നിലധികം പ്രാവശ്യം നിഷ്പ്രഭമാക്കി ഗർഭപാത്രത്തിൽ നിന്നും ചാപിള്ളകളായി പുറത്തേയ്ക്കു തള്ളികൊണ്ട് ആ കുടുംബത്തെ സങ്കടപ്പെടുത്തുകയായിരുന്നു. ദൈവത്തിനും മനുഷ്യർക്കുമിടയിൽ മദ്ധ്യസ്ഥം ചെയ്യുന്നവരെ ചിലപ്പോഴൊക്കെ പ്രകൃതിനിയമത്തിലെ ദൈന്യത പിടികൂടാറുണ്ട്! ഇത്തരത്തിലുള്ള നിസ്സഹായ അടയാളപ്പെടുത്തലുകളിലൂടെയാണ് അഹം ശുദ്ധം ചെയ്ത് പൊരുളായി തീർന്ന് ആത്മീയതയ്ക്ക് അത് നിമിത്തം ആകുന്നത്.

മൂന്നാമതായി അവരുടെ നീർതടങ്ങളിൽ ഉരുവായതിനെ സംരക്ഷിക്കാൻ അവർ അമ്മയുടെ കട്ടിലിനെ തന്നെ തിരഞ്ഞെടുത്തു. സേവ്യറിന്റെ അമ്മാമ്മ തന്റെ കിടപ്പ് മറ്റൊരു മുറിയിലേയ്ക്ക്

താൽക്കാലികമായി മാറ്റി. കട്ടിലിന്റെ ഒരറ്റം പൊക്കി വച്ച് അതിൽ കിടന്നു തന്നിലെ ജീവന്റെ സ്പന്ദനത്തെ മുറുകെ പിടിക്കാൻ ശ്രമിക്കുകയായിരുന്നു അവർ. ഞായറാഴ്ചകളിലെ ആരാധന മുടക്കാത്ത ആ സ്ത്രീത്വം പുരോഹിതനായ തന്റെ ഭർത്താവിനോടൊപ്പം പള്ളിയിലെത്തുകയും ആരാധനാമധ്യേ ശരീരം തളർന്ന് ബോധം കെട്ട് വീഴുകയും ചെയ്തു. തന്റെ ജീവനിൽ നിന്നും ഉരുവായതിനെ പുറംലോകത്തിന്റെ കരാള ഹസ്തങ്ങൾക്ക് ഏൽപ്പിച്ചു കൊടുക്കാൻ മൂപ്പെത്തിയിട്ടില്ലാത്തതിനാലും ആ ജീവനെ അവളുടെ ഗർഭപാത്രത്തിൽത്തന്നെ പിടിച്ചു നിറുത്തുവാനും വേണ്ടി അന്നത്തെ ആത്മീയ ശുശ്രുഷ അവസാനിപ്പിച്ച് ആ പുരോഹിതൻ ദൈവീക ആലയമായ അൾത്താരയുടെ പടികൾ ഇറങ്ങി. അയാൾ ചവിട്ടി ഇറങ്ങിയ ആ പടികളിൽ ആയിരുന്നു ആ കുഞ്ഞു ജീവന്റെ നിമിഷം തോറുമുള്ള ഭാവി. ജനിതക വിധിയെ മാനുഷിക പരിമിതികൾ ഉപയോഗിച്ച് മെതിക്കുമ്പോൾ പൗരോഹിത്യം സ്വമനസാൽ മാറി നിന്ന് സ്വയം അടക്കം ചെയ്യപ്പെടുന്നു.

ആശുപത്രിയിൽ നിന്നും പ്രഥമ ശുശ്രുഷനൽകിയ ശേഷം ആ ചേച്ചിയെ വീട്ടിലേയ്ക്കു കൊണ്ട് പോയി വീണ്ടും അതെ കട്ടിലിൽ കിടത്തി. ഒരാഴ്ച കഴിഞ്ഞ ശേഷം, തന്റെ പൗരോഹിത്യ ശുശ്രുഷയുമായി ബന്ധപ്പെട്ട് ആ പുരോഹിതൻ തന്റെ ഇരു ചക്ര വാഹനത്തിൽ യാത്ര ചെയ്യുകയായിരുന്നു. സന്ധ്യ മയങ്ങി കൂരിരുൾ വ്യാപിക്കുന്ന സമയമായിരുന്നു അത്. കൂരിരുട്ടിൽ തന്റെ വണ്ടി തിരിക്കുന്ന സമയം കാലേക്കൂട്ടി നിശ്ചയിച്ചിരുന്ന പോലെ വൈദ്യുത വിളക്കുകൾ കെടുകയും, അതിവേഗം ചീറിപ്പാഞ്ഞു വന്ന ഒരു വാഹനം അദ്ദേഹത്തെ ഇടിച്ചു വീഴ്ത്തുകയും ചെയ്തു. ആ വാഹനത്തിലുണ്ടായിരുന്നതും ഒരു ഗർഭിണി ആയിരുന്നു. മാസം തികയാത്ത മറ്റൊരു ജീവനെ ഗർഭപാത്രത്തിൽ പിടിച്ചിടാൻ വേണ്ടിയുള്ള നെട്ടോട്ടമായിരുന്നു ആ വാഹനത്തിന്റെ വേഗതയുടെ കാരണവും. ഏഴു ദിവസം തീവ്രപരിചരണ വിഭാഗത്തിൽ കിടന്നിട്ട് നിശ്ചല ശരീരമായി പെട്ടിയിൽ അടക്കം ചെയ്തു വീട്ടിലേയ്ക്കെത്തിച്ച ആ ശരീരത്തെ സേവ്യർ നിറകണ്ണുകളോടെ ഉറ്റു നോക്കി. പൗരോഹിത്യത്തിലെ മാനുഷിക ദുർബലതകളെ സ്വയമേവ അടക്കം ചെയ്ത ഒരു അർത്ഥം വച്ച പുഞ്ചിരി ആ ശാന്തപ്രതാപിയുടെ മുഖത്ത്

തെളിവായി നിന്നിരുന്നു. വളരെയേറെ തണുത്ത അന്തരീക്ഷമായിരുന്നു അന്ന്. തന്റെ പ്രിയതമന്റെ ചേതനയറ്റ ശരീരം ഒരു നോക്ക് കാണാൻ മാനുഷിക ആലയമായ ഭവനത്തിന്റെ പടികൾ ചവിട്ടി അവൾ ഇറങ്ങി. തന്നിൽ ഉരുവായ ജീവൻ രക്ത്തത്തുള്ളികളോടൊപ്പം അടിവയറിൽ നിന്നും അടർന്ന് ആ പടികളിൽ വീഴുന്നതായി അവർ അറിഞ്ഞു. അവരുടെ കണ്ണുകൾ നിറഞ്ഞിരുന്നില്ല, ആ ശവപ്പെട്ടിയിൽ തന്റെ കൈവിരലുകൾ കൊണ്ട് തട്ടി ഒരു ആംഗലേയ പാട്ട് ആലപിക്കുകയായിരുന്നു അവർ.

മറു കൈകൊണ്ടു സേവ്യറിന്റെ കൈ മുറുകെ പിടിച്ച അവർ പാടി നിറുത്തിയ ശേഷം ആകാശത്തിലേയ്ക്ക് നോക്കി നിറകണ്ണുകളോടെ ഇപ്രകാരം വിതുമ്പി,

ഈശ്വരാ... ആലയപ്പടികളിൽ ഉടഞ്ഞു വീഴുന്നുവല്ലോ ബലികൾ...

21

കുണ്ടനും സന്യാസിനിമാരും

മനുഷ്യരുടെ കാഴ്ചകളിൽ പതിയിരിക്കുന്ന ഒരു സത്ത് ഉണ്ട്; ആ സത്ത് ആണ് അയാളുടെ സ്വത്വം. ഒരു പൂവിനെ കണ്ടാൽ അതിനെ അതേപടി നിലനിറുത്തി ആസ്വദിക്കുന്നവർ, അടർത്തിയെടുത്ത് ആസ്വദിക്കുന്നവർ, ഇതളുകൾ ഞരടി ആസ്വദിക്കുന്നവർ; ഇതെല്ലാം ഓരോരോ സത്തിലടങ്ങിയിരിക്കുന്ന ന്യായപ്രമാണങ്ങളുടെ ഉണർവ്വിനെ അനുസരിച്ചാണ്. ചുറ്റുപാടും നോക്കിയാൽ ഇത്തരത്തിലുള്ള അനവധി ഉദാഹരണങ്ങൾ നമുക്ക് കാണാൻ കഴിയും. ചോലയുടെ സമീപത്തായി ഇരിക്കുന്ന ഒരു ശില, പ്രകൃതിയുടെ നിശബ്ദതയും ചോലയിലെ വെള്ളത്തിന്റെ കളകള ശബ്ദവും ഒന്നായി ശിലയിൽ ലയിക്കുമ്പോൾ, കാറ്റ് ആ ശിലയുടെ ദിക്കിലേയ്ക്ക് വീശാൻ തുടങ്ങും. കാറ്റിന്റെ കൈകൾ ചുറ്റുപാടുമുള്ള

മരങ്ങളിൽ നിന്നും മൂപ്പെത്തിയ പൂക്കളെയും ഇലകളെയും അതിന്റെ ചുവട്ടിലേയ്ക്ക് അർപ്പിക്കുമ്പോൾ ശിലയൊരു പ്രതിഷ്ഠയായി മാറുന്നു, പ്രകൃതി ചൈതന്യം അവിടെ വെളിവാകുന്നു. ഇവിടെ ശിലയുടെ സത്തിന് യാതൊരു മാറ്റവും സംഭവിക്കുന്നില്ല, കാഴ്ചകൾക്കാണ് മാറ്റം സംഭവിക്കുന്നത്, പ്രകൃതിയുടെ അരുമയിലൂടെയാണ് നമ്മുടെ കാഴ്ചകൾക്ക് ചൈതന്യത്തിന്റെ നിറം ലഭിക്കുന്നത്.

ഏറ്റവും അടുത്ത സുഹൃത്തായ അനീഷ്; അവൻ മലപ്പുറം ജില്ലയിൽ ഒരു സാമൂഹ്യസേവന കേന്ദ്രത്തിൽ ജോലി ചെയ്യുന്ന സമയത്തുള്ള സംഭവങ്ങളാണ് ഈ എഴുത്തിന്റെ പശ്ചാത്തലം. ഗവൺമെന്റേതര സ്ഥാപനമായിരുന്നതിനാൽ അതിന്റെ ഫണ്ടിങ്ങും നടത്തിപ്പും സാമൂഹിക പ്രതിബദ്ധതയുള്ള ഒരു കൂട്ടം സന്മനസ്ക്കരുടെ തുണയിലായിരുന്നു നടന്നിരുന്നത്. ഭവനാന്തരീക്ഷത്തിൽ നിന്നും സാമൂഹിക ചുറ്റുപാടുകളിൽ നിന്നും ലവലേശം അഭയം ലഭിക്കാത്ത ഒരു പറ്റം ആൾക്കാരുടെ സംരക്ഷണമായിരുന്നു ആ സ്ഥാപനം ഏറ്റെടുത്തിരുന്നത്. ഒരിക്കൽ, മലപ്പുറം ജില്ലയിലൂടെ സഞ്ചരിച്ച ഞാൻ ആ സുഹൃത്തിനെ കാണാനായി അവന്റെ ജോലി സ്ഥലത്തേയ്ക്ക് പോയി. ചുറ്റുപാടുമുള്ള കെട്ടിട സമുച്ചയങ്ങളിൽ നിന്നും ഒറ്റപ്പെട്ട് നിന്നിരുന്ന ഒരു കെട്ടിടത്തിന്റെ മുകളിലായിരുന്നു ആ സ്ഥാപനം പ്രവർത്തിച്ചിരുന്നത്.

ഞാനവിടെ കയറി ചെന്നപ്പോൾ കണ്ട കാഴ്ച ശരിക്കും മനംപുരട്ടുന്നതായിരുന്നു...

സ്വീകരണ മുറിയിൽ അതിസുന്ദരിയായ ഒരു യുവതി, അവളിരിക്കുന്ന കസേരയുടെ വലത് വശത്തായി ഒരു അലമാര, അലമാരയിൽ ഉറപ്പിച്ചിരിക്കുന്ന കൊളുത്തുകളിൽ ജെണ്ടുമാല കണക്ക് തൂക്കിയിട്ട ഗർഭനിരോധന ഉറകൾ, അതിനടുത്തായി ചുവരിന്മേൽ ഉറ ഉപയോഗിക്കേണ്ടതെങ്ങനെയാണെന്ന ചിത്രങ്ങൾ, അലമാരയുടെ മുകളിലായി ചെറുതിൽ നിന്നും വലുതിലേയ്ക്ക് എന്ന ക്രമത്തിൽ അടുക്കി വച്ചിരിക്കുന്ന ട്രോഫികൾ... എന്നാൽ എന്റെ നോട്ടം സൂക്ഷ്മത ഇല്ലാത്തതായിരുന്നു. തുടർന്ന്, അതിലേയ്ക്ക് സൂക്ഷിച്ചു നോക്കിയപ്പോഴാണ് യഥാർത്ഥ കാഴ്ച എന്നിലേയ്ക്കെത്തിയത്; അത് പലതരം വലുപ്പത്തിലുള്ള പുരുഷ

ലിംഗങ്ങളുടെ പ്രതീകങ്ങൾ ആയിരുന്നു...

ആ യുവതിയുടെ ഇരുവശത്തും പുറകിലുമായി അതിബലിഷ്ഠരായ മൂന്ന് ആണുങ്ങൾ.

പക്ഷെ, എനിക്ക് അവരുടെ പെരുമാറ്റത്തിൽ എന്തോ പന്തികേട് ഉള്ളത് പോലെ തോന്നി. പുറകിൽ നിൽക്കുന്നയാൾ അവളുടെ മുടിയിഴകളും തലയോട്ടിയും സസൂക്ഷ്മം പരിശോധിക്കുന്നു, ഒരുവൻ അവളുടെ കമ്മലുകൾ പിടിച്ചാട്ടുന്നു, മറ്റൊരുവൻ അവളുടെ മാറ് മറയ്ക്കുന്ന ഷാൾ നേരെയാക്കുന്നു. മൂന്ന് പേരും അവളോട് കുസൃതികളോടെയും താളത്തോടെയും സംസാരിക്കുന്നു.

എന്നെ കണ്ടിട്ടും അവർ പെരുമാറ്റത്തിനോ രീതികൾക്കോ ഭാവങ്ങൾക്കോ യാതൊരു മാറ്റവും വരുത്തിയില്ല.

യുവതി : "എന്താ അവിടെത്തന്നെ നിന്നത്? അകത്തേയ്ക്ക് വരൂ. ഇവിടെ ചേരാൻ വന്നതാണല്ലേ? ചേരാനായി അവിടെയിരിക്കുന്ന ഫോം പൂരിപ്പിച്ചു തന്നാൽ മതി."

ഞാൻ : "ഏയ്, ഞാനിവിടെ വന്നത്..."

വാചകം പൂർത്തിയാക്കാൻ സമ്മതിക്കാതെ ചുറ്റുപാടുമുള്ള അന്തരീക്ഷത്തിന്റെ ഭീകരത എന്നിൽ നിന്നും പുറത്തേയ്ക്കു വരേണ്ടുന്ന വാക്കുകളെ എന്റെ സമ്മതമില്ലാതെ ഭോഗിക്കാൻ ഒരുമ്പെടുക്കുകയായിരുന്നു. തൊണ്ടയിൽക്കിടന്ന് വാക്കുകൾ ബലാൽക്കാരത്തിന് വശംവദരായപ്പോൾ യുവതിയുടെ ശബ്ദം ഇടനിലക്കാരിയായി അവിടേയ്ക്ക് എത്തി.

"ആരെങ്കിലും ലൈംഗികമായി ഉപദ്രവിക്കുകയോ പറ്റിക്കുകയോ ചെയ്തോ?"

ഞാൻ : "അനീഷിന്റെ ഓഫീസ് ഇതല്ലേ? ഞാൻ അയാളെ കാണാൻ വന്നതാണ്."

യുവതി : "ഓ... അനീഷ് സാറിന്റെ ക്ലൈന്റ് ആണല്ലേ?

യുവതി വിരൽ ചൂണ്ടിയ മുറിയിലേയ്ക്ക് ഞാൻ നടന്നു. എന്റെ സംശയത്തിന്റെയും അന്ധാളിപ്പിന്റെയും ഭാണ്ഡം അഴിക്കുന്നതിനു മുൻപ്, അവൻ ചൂണ്ടു വിരൽ ഉപയോഗിച്ച് എന്നോട് മിണ്ടാതിരിക്കാൻ ആഗ്യം കാട്ടി.

അനീഷ് : "വീട്ടുകാരും നാട്ടുകാരും അകറ്റി നിറുത്തിയിരിക്കുന്ന ആൺപെൺ വ്യത്യാസം ഇല്ലാത്ത ഒരു കൂട്ടം ആൾക്കാരുടെ പ്രസ്ഥാനം

ആണിത്. നേരമ്പോക്കിന് പോലും അവരെ വാക്ക് കൊണ്ടോ നോട്ടം കൊണ്ടോ ഉപദ്രവിക്കരുത്."

ഞാൻ : "ടാ അവിടെയിരിക്കുന്ന പെൺകുട്ടിയെ അവന്മാര് എന്തൊക്കെയാ ചെയ്യുന്നേ..."

അനീഷ് : ലോകത്തിൽ വച്ച് ഏറ്റവും സുരക്ഷിതമായ കൈകളിലും ചുറ്റുപാടുകളിലുമാണ് അവളിപ്പോൾ. അവർ സ്വന്തം പെങ്ങളായിട്ടാണ് അവളെ കാണുന്നത്. അവർക്ക് അവളിന്മേൽ യാതൊരു വിധ ലൈംഗിക ആസക്തിയും തോന്നുകയില്ല. അവരുടെ പ്രണയം പുരുഷന്മാരോടായിരിക്കും. ഗതികേട് അല്ലാതെന്ത് പറയാൻ."

ഞാൻ : "പുരുഷന്മാർ പുരുഷന്മാരോടോ? അതെങ്ങനെ ശരിയാകും?"

അനീഷ് : ശരീര ഘടന വച്ച് ലൈംഗിക തിരിച്ചറിയൽ സംഭവിക്കാത്തപ്പോൾ സ്ത്രീയായി സ്വയം തിരിച്ചറിയപ്പെടുന്ന പുരുഷ ജന്മക്കാരാണിവർ. മറിച്ചും സംഭവിക്കാം, അത്തരത്തിലുള്ളവർ ഈ സ്ഥാപനത്തിൽ ഇല്ല. ശബ്ദത്തിലും മുഖഭാവത്തിലും വസ്ത്ര ധാരണത്തിലും സ്ത്രീത്വത്തെ അനുകരിക്കുന്ന ഇവർ അത്യധികം വികാരപ്രധാനരും, പരസ്പരം ശക്തമായി പിന്തുണയ്ക്കുന്നവരും, അപമാനം സഹിക്കുന്നവരും, അതേസമയം ധൈര്യമുള്ളവരും, ആത്മാഭിമാനമുള്ളവരും ആണ്. നീ, അങ്ങോട്ടൊന്ന് നോക്കിയേ, അത് വിനോദ്, അയാളെ അങ്ങനെ വിളിക്കുന്നത് അയാൾക്കിഷ്ടമല്ല. വിനോദിനി എന്ന് വിളിക്കുന്നതാണ് ഇഷ്ടം. മുരടിച്ചിരുന്ന തന്റെ ലിംഗത്തെ ലൈംഗിക ലഹരിയിൽ സ്വയം അറുത്തെടുത്ത ശേഷം സ്ത്രീത്വം വിരിയിക്കാൻ വേണ്ടി ആശുപത്രിയിൽ പോയി ചികിത്സ തേടിയ ആളാണത്. ഇത്തരത്തിലുള്ള ഭീകര പ്രവൃത്തികൾ ചെയ്യണമെങ്കിൽ അവരുടെ ആത്മബലം എത്രത്തോളമായിരിക്കുമെന്നൊന്നു ചിന്തിച്ചു നോക്ക്. അതീവ ബലിഷ്ഠരായ ഇവരെ അഞ്ചു പേർ ചേർന്ന് പിടിച്ചാലും കീഴ്പ്പെടുത്താൻ സാധിക്കില്ല. സ്ത്രൈണതയോടെ വിരിയുന്ന ലൈംഗിക ഊർജ്ജത്തെ മുരടിച്ച പുരുഷ ഇന്ദ്രിയങ്ങളിലൂടെ കടഞ്ഞെടുത്ത് നാരി ദളങ്ങളാക്കി മാറ്റുമ്പോൾ അവരുടെ സർവ്വ നാഡീഞരമ്പുകളിലും പ്രകൃതിചൈതന്യം നിറയുന്നു; ഈ ചൈതന്യം അനുഗ്രഹമായും നൃത്തമായും അവർ മറ്റുള്ളവരിലേയ്ക്ക്

ചൊരിയുന്നു. കേട്ടിട്ടില്ലേ ഹിജഡ നൃത്തം? ആശീർവാദം പേറിയുള്ള അന്നത്തിനായുള്ള സാംസ്കാരിക പ്രകടനം."

അന്തം വിട്ടു കണ്ണും തള്ളിയിരുന്ന എനിക്ക് അവനൊരു ചായ പറഞ്ഞു, അത് കൊണ്ട് വന്നതാകട്ടെ വിനോദിനിയും. ചായ തന്നതിന് ശേഷം അവൾ എന്നെയൊന്നു നോക്കി, സ്നേഹത്തോടെ ചിരിച്ചു, കുണുങ്ങലോടെ തിരിച്ചു നടന്നു.

അനീഷ് : "ലോകത്തിൽ വച്ച് വിശ്വസിക്കാൻ പറ്റിയ ഒരേയൊരു കൂട്ടരാണിവർ. ആണിന്റെ നെഞ്ചിൽ തല ചായ്ച്ചിരിക്കാൻ എത്രമാത്രം ഇവർ ആഗ്രഹിക്കുന്നുണ്ടെന്നറിയാമോ? അയാളുടെ വെറുമൊരു തലോടൽ, സ്നേഹത്തോടെയുള്ള ഒരു വാക്ക് ഇവ മാത്രം ആഗ്രഹിച്ചു കഴിയുന്നവർ. ഇത്തരത്തിൽ സ്നേഹം ആഗ്രഹിക്കുന്ന ഈ പാവങ്ങളെ, ആണത്തം വിളിച്ചോതുന്ന പുരുഷന്മാർ മറകളിലേയ്ക്ക് വിളിച്ചു കൊണ്ട് പോയി തങ്ങളുടെ ശേഷിയിന്മേലും ലഹരിമേലും കുടികൊള്ളുന്ന ദുർബലതകളുടെ വഴിപാടായ ബീജം ഒരു നാണവുമില്ലാതെ വായിൽ നിക്ഷേപിച്ചു കടന്ന് കളയുന്നു. കഷ്ടം... പലരാലും പറ്റിക്കപ്പെടുമ്പോൾ അപരന്റെ ദുർബലത അവർ ഉപജീവന മാർഗ്ഗമാക്കി മാറ്റി ജീവിക്കുന്നു."

ഇഴ ചേർന്ന പുരുഷത്വവും സ്ത്രീത്വവും നാട്ടിയ കുരിശിൽ വിനോദിനിയുടെ സ്നേഹം ക്രൂശിതമായി കിടക്കുന്നത് മനസ്സിൽ കണ്ട എനിക്ക് എന്തെന്നില്ലാത്തൊരു വീർപ്പുമുട്ടൽ അനുഭവപ്പെട്ടു. എന്റെ ദയനീയ അവസ്ഥയിൽ ഹരം കണ്ട അനീഷ്, വിനോദിനിയെ അടുത്തേയ്ക്ക് വിളിച്ചു. അവൻ അവളെ എനിക്ക് പരിചയപ്പെടുത്തി. മനസില്ലാമനസ്സോടെ ഞാൻ എന്റെ കൈ അയാൾക്ക് നേരെ നീട്ടി, അവളെന്റെ കൈയ്യിൽ പിടിച്ചു; വളരെയധികം ബലിഷ്ഠമായ പരുപരുത്ത കൈകൾ, അതിനു നിരക്കാത്ത രീതിയിലുള്ള അവളുടെ നാണവും കുണുങ്ങലും...

തൊട്ടടുത്ത മുറിയിലേയ്ക്ക് എന്നെ കൂട്ടിക്കൊണ്ട് പോകാൻ അനീഷ് വിനോദിനിയോട് പറഞ്ഞു. അത് കേട്ട് ഞാൻ ഭയന്നെങ്കിലും, ആ മുറിയിൽ ഒരു ട്രെയിനിങ് ക്ലാസ് നടക്കുകയാണ് എന്ന സത്യം അറിഞ്ഞപ്പോൾ, ഭയം ചിരിയായി മാറി.

വിനോദിനി : "അതേയ്, മനുസ്യർക്ക് ഒരു വൃത്തീം മെനേം ഇല്ലാപ്പിന്നെ ഞമ്മളെന്താക്കാനാ; സ്വയം രക്ഷീച്ചല്ലേ പറ്റൂ; ആന്റെ

ക്ലാസ്സാ"

മുറിക്കുള്ളിൽ കയറിയതും വീണ്ടും ഒരു ആന്തൽ; വിനോദിനിയെപ്പോലെ കുറെ ആൾക്കാർ, ഇരുപതോളം വരും. സാംക്രമിക രോഗങ്ങൾ പടർന്ന് പിടിക്കാതിരിക്കാൻ ഗർഭനിരോധന ഉറകൾ എങ്ങനെ ഉപയോഗിക്കാം എന്നതായിരുന്നു പഠന വിഷയം. ഏറ്റവും പുറകിലായി അവൾ ചൂണ്ടിയ കസേരയിൽ ഞാൻ ഇരുന്നു, എന്റെ അടുത്തായി അവളും. അവൾ എന്റെ തോളിൽ കയ്യിട്ട് ചെവിയിൽ അടക്കം പറഞ്ഞു.

"ഉറയിടാൻ പറഞ്ഞെങ്കി മനുസ്യര് കേക്കൂല്ലാ; കാശും കുറയ്ക്കും; അവരറിയാതെ തഞ്ചത്തിൽ ഇടണ പണിയാ പഠിപ്പിക്ക."

ഇടത്തെ കയ്യിൽ ഒളിപ്പിച്ചു വച്ച ഉറ; ആ കയ്യുടെ തന്നെ പെരുവിരലും ചൂണ്ടു വിരലും ഉപയോഗിച്ച് കൈ പുറകിലായി പിടിച്ചിട്ട് കവർ പൊളിക്കുന്നു, ചൂണ്ടു വിരലും മോതിര വിരലും ഉറയുടെ ഉള്ളിലാക്കി ഒന്ന് കുനിഞ്ഞു നിവരും മുൻപേ വായുടെ ഉള്ളിലാക്കി വയ്ക്കുന്നു. നോട്ടത്തിൽ ഉറ വായിൽ ഉള്ളതായി തോന്നുകയേ ഇല്ല. അതിനായുള്ള കഠിന പരിശീലനമാണ് അവിടെ നടക്കുന്നത്. ശരിയായി ചെയ്തില്ലായെങ്കിൽ പാളിപ്പോയേക്കാവുന്ന ശ്രമം.

ആഗ്രഹ ശമനത്തിനും ജീവിതത്തിനുമായി കഷ്ടപ്പെടുന്നവരുടെ അനുഭവങ്ങൾ എന്റെ കണ്ണുകളെ നനയിച്ചു. കണ്ണിൽ നിന്നും അറിയാതെ ഉതിർന്നു വീണ കണ്ണുനീർ എന്റെ തോളിന്മേൽ ഞാണ്ട് കിടന്നിരുന്ന വിനോദിനിയുടെ കയ്യിൽ പതിച്ചു. ചൂട് വെള്ളം വീണമാതിരി അവൾ കുതറി.

വിനോദിനി : "പുരുഷന്മാര് കരേ? ഞങ്ങ അല്ലെ കരേണ്ടേ? കാമജലം തൊണ്ടേല് വീത്തീട്ടു ദേഹത്തു പെടുക്കണവർ, തുപ്പണവർ... എന്നിട്ടും ഞങ്ങ കരഞ്ഞ... ഇല്ല... അപ്പന്റെ ശരീരമുള്ള അമ്മയാ ഞങ്ങ... ആദ്യായിട്ടാ മറ്റൊരാളുടെ കാമജലമല്ലാത്ത സ്നേഹജലം ന്റെ കൈയീ വീണേ..."

നിയന്ത്രണം വിട്ട അവൾ ആ മുറിയിൽ നിന്നും ഇറങ്ങിയോടി. ജീവിതം കാണിച്ച വികലതകൾ നിറഞ്ഞ കാഴ്ചകൾക്ക് പിന്നിലെ കാഴ്ചകൾ എന്റെ ശരീരത്തെയും മനസിനെയും വല്ലാതെ മരവിപ്പിച്ചു...

കുറച്ചു നേരം കഴിഞ്ഞു പുറത്തേയ്ക്കിറങ്ങിയ ഞാൻ കണ്ടത് വിനോദിനിയും സുഹൃത്തുക്കളും ചേർന്ന് എനിക്കായി ഒരുക്കിയ തീൻമേശ ആയിരുന്നു. വിളമ്പിത്തരാനുള്ള അവളുടെ ആവേശം... ഓ... പടച്ചവനേ... വാക്കുകൾ കിട്ടുന്നില്ല...

അവൾ അവൾക്കായി കൊണ്ട് വന്ന ഭക്ഷണപ്പൊതിയിൽ നിന്നുമാണ് എനിക്ക് വിളമ്പിയത്. അത് അവളുണ്ടാക്കിയ ഭക്ഷണമായിരുന്നു. അവളുണ്ടാക്കുന്ന ഭക്ഷണം വീട്ടുകാർ പോലും കഴിക്കാത്ത അവസ്ഥയിൽ, ഞാൻ ആസ്വദിച്ചു കഴിക്കുന്നത് അവൾ കൺകുളിർക്കെ നോക്കി നിന്നു. ഇത്രയും രുചിയുള്ള ഭക്ഷണം എന്റെ ജീവിതത്തിൽ ഞാൻ കഴിച്ചിട്ടേയില്ല. യാത്ര പറഞ്ഞിറങ്ങാൻ നേരം അവൾ എല്ലാ സുഹൃത്തുക്കളുമായി വന്നിട്ട് എന്നെ സ്നേഹത്തോടെ ആലിംഗനം ചെയ്തു. ഒരു അമാനുഷിക വലയത്തിൽപ്പെട്ട പോലെയായിരുന്നു എന്റെ അവസ്ഥ, ആ വിവശതയിൽ ഞാൻ അവളുടെ മൊബൈൽ നമ്പർ ചോദിച്ചു; എന്നാൽ മറുപടി ഇപ്രകാരമായിരുന്നു;

"ഇനിയുള്ള ജീവിതോം ഓർത്തിരിക്കാൻ ഈ സ്നേഹ ജലത്തിന്റെ കാഴ്ചകൾ മതി. എനക്ക് ഒരിക്കലും മാറ്റം ഉണ്ടാവൂല്ല, ന്നെ കാണോർക്കല്ലേ കാഴ്ചകളിലെ മാറ്റം."

എന്തെന്നില്ലാത്ത മാനസിക വലിച്ചിലിലൂടെയാണ് ഞാൻ അവിടെ നിന്നും ഇറങ്ങിയത്. വർഷങ്ങൾ കഴിഞ്ഞു. ഒരു ദിവസം, ഞാൻ അവളെ ജനനിബിഡമായ ട്രെയിനിൽ വച്ച് കണ്ടു. അവളും സുഹൃത്തുക്കളുമായി അവരുടെ കൂട്ടായ്മയുടെ സംസ്ഥാന സമ്മേളനത്തിന് പോകുകയായിരുന്നു. തൊട്ടടുത്ത ബോഗിയിൽ നിന്നും സുഹൃത്തുക്കളെയെല്ലാം വിളിച്ചു കൊണ്ട് അവൾ ഞാനിരുന്നിടത്തേയ്ക്ക് വന്നു. കൂട്ടത്തോടെ അവർ വന്നപ്പോൾ ചുറ്റുപാടും ഉണ്ടായിരുന്ന യാത്രക്കാർ പലവിധത്തിലുള്ള പുലമ്പലുകളാൽ അവിടെ നിന്നും എഴുന്നേറ്റ് മാറി.

വിനോദിനി : "കണ്ടില്ലേ ഞങ്ങടെ ശക്തി? ന്റെയടുത്ത് വന്ന് മോങ്ങുന്ന നായ്ക്കളുമുണ്ട് മാറിനിന്ന് പൊലമ്പാന്..."

ആ ബോഗിയുടെ നടുക്കായി ഞാനും ഒരു പറ്റം സ്നേഹത്താൽ ക്രൂശിതരും... എന്നോടായുള്ള അവരുടെ സ്നേഹപ്രകടനം കണ്ട യാത്രക്കാർ കാർക്കിച്ചു തുപ്പി... വസ്ത്രങ്ങളെയും അങ്കികളെയും

പകുത്തു മാറ്റുന്ന രീതിയിൽ നോട്ടശരങ്ങൾ എയ്തു... അവരിൽ നിന്നും പുറത്തേയ്ക്ക് വരുന്ന വികൃത സ്നേഹത്തെ ക്രൂശിക്ക ക്രൂശിക്ക എന്ന് പുലമ്പി...

എന്നാൽ, വിനോദിനിയ്ക്കും കൂട്ടർക്കും എന്നെക്കണ്ടപ്പോഴുള്ള സന്തോഷം വാക്കുകൾക്കതീതമായിരുന്നു. അവരുടെ മാന്യമായ ഇടപെടലുകൾ സമൂഹത്തിൽ മാന്യതയുള്ളവർ വികലമായി ചിത്രീകരിച്ചപ്പോൾ വിനോദിനി പറഞ്ഞ കാഴ്ചകളിലെ വൈകൃതം ഞാനോർത്തു. സ്റ്റേഷനിലെത്തി യാത്ര പറഞ്ഞു പിരിഞ്ഞു പോകുമ്പോൾ അവളെന്റെ നെറുകയിൽ സ്നേഹത്തോടെ ചുംബിച്ചു.

"ഇനി കാഴ്ചയ്ക്ക് അവസരോല്ല... ഏതാണ്ട് സമയമായ പോലെ", ഇതും പറഞ്ഞു അവൾ വളരെ വേഗത്തിൽ മുന്നിലേയ്ക്ക് നടന്നു. ആരാലും സ്നേഹിക്കപ്പെടാതെ അടക്കപ്പെട്ടിരുന്ന അവളുടെ സ്നേഹാദരം ആ ചുംബനത്തിലൂടെ ഉയിർത്തെഴുന്നേറ്റ് അകലേയ്ക്ക് മറയുകയായിരുന്നു...

അതെസമയം, ട്രെയിനിനുള്ളിലെ ഞങ്ങളുടെ കൂടിക്കാഴ്ചയെ സരസനായ ഒരു യാത്രക്കാരൻ തന്റെ വക്രബുദ്ധിയാൽ ലെൻസിലൂടെ ഒപ്പിയെടുത്ത് 'കുണ്ടനും സന്യാസിനിമാരും' എന്ന തലക്കെട്ടോടെ സാമൂഹിക മാധ്യമങ്ങളിലേയ്ക്ക് തള്ളി... ആ സരസനെ ഞാൻ വട്ടമിട്ട് കണ്ടുപിടിച്ചു; എന്നാൽ, എനിക്ക് അതിൽ ലജ്ജയോ അയാളോട് അനിഷ്ടമോ തോന്നാത്തതിന് കാരണം എനിക്ക് തന്നെ ബോധ്യം വന്നു; എന്റെ കാഴ്ചകൾക്ക് പ്രകൃതി സൗന്ദര്യത്താൽ സുതാര്യത വന്നിരിക്കുന്നു...

കാലങ്ങൾ വീണ്ടും കടന്നു പോയി; സഹോദരിയുടെ വിവാഹത്തിന് ക്ഷണിക്കുവാൻ വേണ്ടി അനീഷിനെ വിളിച്ച കൂട്ടത്തിൽ ഞാൻ വിനോദിനിയുടെ കാര്യവും അന്വേഷിച്ചു.

അവൾ മരണപ്പെട്ടിരിക്കുന്നു..., വ്യക്തത ഇല്ലാത്തൊരു അപകട മരണം...

മസ്തിഷ്കമരണം സംഭവിച്ചപ്പോൾ അവൾ മുൻകൂട്ടി എഴുതി വച്ചിട്ടുള്ള അവളുടെ ആഗ്രഹപ്രകാരം അവയവങ്ങൾ ദാനം ചെയ്തു. അവയവം സ്വീകരിക്കാൻ ഒരുപാടു ആൾക്കാർ ഉണ്ടായിരുന്നത്രേ... അത് സ്വീകരിക്കാൻ ശാരീരികമായി ചേർച്ച ഒത്തുവന്നവരിൽ പലരും അന്ന് അവളെ അവജ്ഞയോടെ നോക്കിയവർ ആയിരുന്നു.

ഇന്നും അവളുടെ അവയവങ്ങൾ ഒരു മാറ്റവുമില്ലാതെ അവരിൽ പ്രവർത്തിക്കുന്നു...

എന്നാൽ സ്വീകരിച്ചവരുടെ കാഴ്ചകളോ...

തീണ്ടപ്പെട്ട അവളുടെ അവയവങ്ങൾ കൊണ്ട് സ്വീകർത്താക്കളുടെ ജീവിത കാഴ്ചകൾക്ക് ചൈതന്യം കിട്ടിയിരിക്കുന്നു... ഗതികേട് അല്ലാതെന്തു പറയാൻ...

അതിലൊരുവനാകട്ടെ ഞങ്ങളെപ്പറ്റി തലക്കെട്ടെഴുതിയ ചങ്ങാതിയും...

22

തിണ്ണഞരങ്ങികൾ

ഒരമ്മ പെറ്റ മക്കളിൽ വാഴുന്ന വ്യത്യസ്തതകളുടെ അർത്ഥം മനസ്സിലാക്കാൻ സാധിച്ചാൽ, പിറവികളിൽ സംഭവിക്കുന്ന നീതീകരണവും അവയുടെ മേൽ ഉരുത്തിരിയുന്ന ന്യായീകരണങ്ങളും നമുക്ക് വ്യക്തമാകും. അതിൽ നിന്നും ഒരു പടി മുന്നോട്ട് പോയാൽ, പിറവിയുടെ മേൽ നീതീകരണം സംഭവിച്ചതിലെ ന്യായീകരണവും, അതിനെ ന്യായീകരിച്ചതിലെ നീതീകരണവും നമ്മുടെ മുന്നിൽ ചുരുളഴിയും; ഈ അവസ്ഥയിലാണ് ഒരുവൻ പിറവികളുടെ പൊരുൾ തിരിച്ചറിയുന്നത്. അത് അത്ര എളുപ്പമുള്ള കാര്യമല്ല. മണ്ണിൽ നിന്നും ആദാമിനെ സൃഷ്ടിച്ചപ്പോൾ ഹവ്വ വന്നത് അവന്റെ വാരിയെല്ലിന്മേൽ നിന്നുമാണ് എന്നാണ് മതം നമ്മെ പഠിപ്പിക്കുന്നത്; വ്യത്യസ്തതകളുടെ

വേർതിരിവ് ഇവിടെ നിന്നും ആരംഭിക്കുന്നു! ആദാമിന്റെ നിർമ്മിതിയ്ക്കായി മണ്ണ് മജ്ജയായും മാംസമായും ജീവനായും മാറിയപ്പോൾ അവയെ ഏകോപിപ്പിച്ചു താങ്ങി നിറുത്താൻ നിയോഗിക്കപ്പെട്ട എല്ലുകൾ, പ്രത്യേകിച്ചും വാരിയെല്ലുകൾ, സ്ത്രീയുടെ നിർമ്മിതിയ്ക്ക് കാരണമായി, അത്തരത്തിൽ ജനിച്ച സ്ത്രീ തന്റെ ഇണയുടെ ജീവിതത്തിൽ നിർവ്വചിക്കാനാകാത്ത വിധത്തിൽ താങ്ങും തണലുമായി മാറി. എല്ല് ദൃഢമായതിനാൽ, എല്ലിൽ നിന്നുമുള്ള തുടർ ജന്മങ്ങൾക്ക് വൈവിധ്യങ്ങൾ നല്കാൻ സാധ്യമല്ലായിരുന്നു. എല്ലുകളിൽ പിറന്ന സ്ത്രീയിൽ നിന്നും സ്ഥൂലമായ പിതൃത്വത്തെ മാറ്റിനിറുത്തി മണ്ണിലെ വ്യത്യസ്തതകളെ പുൽകാനും പൂകാനും എല്ലുകളില്ലാത്തൊരു വ്യവസ്ഥിതി പ്രപഞ്ചം അവളിൽ തീർത്തു, അതാണല്ലോ ഗർഭപാത്രം. തോട്ടമെന്ന ഗർഭപാത്രം.

അവിടെ വിതയ്ക്കുന്ന വിത്ത് മജ്ജയായും മാംസമായും ജീവനായും ഉരുവാകുമ്പോൾ ആ ജീവനെ ഏകോപിപ്പിച്ചു താങ്ങി നിറുത്താൻ വേണ്ടിയുള്ള എല്ലുകൾ, എല്ലുകളില്ലാത്തൊരു വ്യവസ്ഥിതിയിൽ സ്ത്രീയിൽത്തന്നെ പിറവിയെടുക്കുന്നു. സ്ത്രീയുടെ പിറവിയ്ക്ക് കാരണമായ എല്ലുകൾ അവളിൽത്തന്നെ ജനിക്കുന്നു. പിറവിയ്ക്ക് കാരണമായവ പിറന്നവയിൽത്തന്നെ ഉടലെടുക്കുന്നു! നീതീകരണവും ന്യായീകരണവും പരസ്പരം കൈകോർക്കുന്നതിന്റെ അടിസ്ഥാന തത്ത്വം ഇതാണ്. ഇക്കാരണത്താൽ, ഉരുവായതും ഉയിരായതും ഉതിർന്നതും ഒരേ ഉറവിടത്തിലാണെങ്കിൽപ്പോലും ബുദ്ധിയുള്ളവനും ഇല്ലാത്തവനും, സാഹസപ്രിയനും ഭയചകിതനും, കലാകാരനും കലാപകാരനും, കർത്താവും കള്ളനും എല്ലാം സഹോദരങ്ങളായി ഒരേ ഉദരത്തിൽ നിന്നും പിറവിയെടുക്കുന്നു. ഒരേ സ്നേഹം, ഒരേ കരുതൽ, ഒരേ മുലപ്പാൽ, ഒരേ മടിത്തട്ട് എന്നിവ നല്കിയാലും വ്യക്തിഗത വ്യത്യാസങ്ങളും തിരിച്ചറിവുകളും അവരവരുടെ ജീവരക്തത്തിൽ ഉരുത്തിരിയുന്നു. സമൂഹത്തിന്റെ സേവന ബഹുസ്വരത മുന്നോട്ടു പോകുന്നത് ഇത്തരത്തിലുള്ള വ്യത്യാസങ്ങളിലൂടെയാണ്.

എന്റെ അമ്മയുടെ രക്തബന്ധത്തിലുള്ളൊരാൾ ക്രിസ്തീയ സഭകളുടെ ഔദ്യോഗിക മേലധികാരി ആയിരുന്നു. അദ്ദേഹം സഭയ്ക്ക് വളരെ വേണ്ടപ്പെട്ടവനും, വളരെയധികം ആത്മീയത നിറഞ്ഞവനും, നാടിനും നാട്ടുകാർക്കും സുപരിചിതനുമായ വ്യക്തിയായിരുന്നു.

കുടുംബത്തിലെ പലരും അദ്ദേഹത്തിന്റെ ഔദ്യോഗിക സ്ഥാനമാനങ്ങളിൽ വളരെയധികം അഭിമാനിച്ചിരുന്നു. ആൾക്കാരെ പരിചയപ്പെടാനും, പരിചയപ്പെടലിലൂടെ തങ്ങളുടെ ആധിപത്യവും മുൻഗണനയും ഉറപ്പിക്കുവാനും കുടുംബക്കാർ പല രീതികളിൽ ആ പേര് സ്വകാര്യ അഹങ്കാരമായി ഉപയോഗിച്ചിരുന്നു. അക്കാലത്തായിരുന്നു എന്റെ സഹോദരിയുടെ വിവാഹം. സഭയുടെ മേലധികാരി വിരുന്നിൽ പങ്കെടുക്കുന്നത് നാലാളുടെ മുന്നിൽ ഗമ കാണിക്കാൻ കിട്ടുന്ന അവസരമാണെന്ന കാര്യം അറിയാവുന്ന ഞങ്ങൾ അദ്ദേഹത്തെ ക്ഷണിക്കുന്നതിനായി കുടുംബസമേതം പുറപ്പെട്ടു. പല തവണ ആ വീട്ടിൽ പോയിട്ടുണ്ടെങ്കിലും കെട്ടിട നിർമ്മാണ മേഖലയിലെ മുന്നേറ്റം കാരണം പുതുമകളിൽ തട്ടി വീട്ടിലേയ്ക്ക് തിരിയേണ്ടുന്ന വഴി നിശ്ചയിക്കാൻ സാധിക്കാതെ ഞാൻ കാർ വഴിയോരത്ത് ഒതുക്കി നിറുത്തി.

ഉടൻ തന്നെ അമ്മ കാറിന്റെ ചില്ല് താഴ്ത്തി തല പുറത്തേയ്ക്കിട്ട് ഒരു കടയുടെ തിണ്ണമേൽ കുത്തിയിരുന്ന ചിലരോടായി വളരെ ഗമയോടെ സംസാരിച്ചു;

"അതേയ്, ഞാൻ റൈറ്റ്. റെവറെന്റ് സൊളമന്റെ സഹോദരിയാണ്; ഞാൻ ഒരുപാടു തവണ ഇവിടെ വീട്ടിൽ വന്നിട്ടുണ്ട്; പുതിയ കെട്ടിടങ്ങൾ കാരണം വഴി തെറ്റിയോന്ന് സംശയം. ഈ വഴി തന്നെയല്ലേ അദ്ദേഹത്തിന്റെ വീട്ടിലേയ്ക്കുള്ള വഴി?"

നാട്ടുകാർ അതിശയത്തോടെ പരസ്പരം നോക്കി.

"നിങ്ങൾ പറഞ്ഞത് മാതിരി ഞങ്ങളുടെ അറിവിൽ ഈ പ്രദേശത്ത് അങ്ങനെയൊരു വീട് ഇല്ലല്ലോ ചേച്ചി." തുടർന്ന്, അമ്മ പലവിധ അടയാളങ്ങളും സൂചനകളും നൽകി അവരെ ബോധ്യപ്പെടുത്താൻ ശ്രമിച്ചു. ശ്രമം പരാജയപ്പെട്ടപ്പോൾ തല അകത്തേയ്ക്കിട്ട് "അല്ലേലും ഈ തിണ്ണഞരങ്ങികളോട് സംസാരിച്ച ഞാനല്ലേ പൊട്ടി" എന്ന് സങ്കടപ്പെട്ടു.

പെട്ടെന്ന് ഞാനൊന്ന് ഇടപെട്ടു.

"ചേട്ടാ ഈ മോഹനന്റെ വീടെവിടെയാ?"

"എന്റെ പൊന്നേ, മോഹനന്റെ ബന്ധുക്കളായിരുന്നോ? വഴി ഇത് തന്നേ മക്കളേ" ഇതും പറഞ്ഞു കടയുടെ തിണ്ണമേൽ കുത്തിയിരുന്നവരെല്ലാം ചാടി എഴുന്നേറ്റു.

"മക്കളെ ഞാൻ കാണിച്ചു തരാം വഴി", അതിലൊരുവൻ ഞങ്ങളുടെ കാറിന്റെ മുന്നിൽ ഓടി. ഒരാൾ കാറിന്റെ ഇടത്തും മറ്റൊരുവൻ കാറിന്റെ വലത്തും ബാക്കിയുള്ളവർ പുറകെയും, കുരിശിന്റെ പാതയായി ഒരു ചലനം.

മുന്നിലോടിയവൻ വീട്ടിലെത്തിയ ശേഷം വളരെ സന്തോഷത്തോടെ എന്റെ അടുത്ത് വന്ന് കൈയിൽ പിടിച്ചിട്ട് പറഞ്ഞു; "ഞങ്ങളെല്ലാം മോഹനന്റെ ക്ലാസ്സ്മേറ്റ്സ് ആണ്."

ആ നാട്ടിലെ വീഞ്ഞ് കുടിയനെന്ന് പേര് കേട്ട സഭാധ്യക്ഷന്റെ സഹോദരനായവൻ അദ്ദേഹത്തിന്റെ പെരുമയ്ക്ക് മേൽ പെയ്തിറങ്ങിയതിന്റെ അന്ധാളിപ്പിലായിരുന്നു അമ്മ...

എന്റെ കണക്റ്റിവിറ്റിയെ ചോദ്യം ചെയ്യാനായി അപ്പനോട് അമ്മ ഇടങ്കണ്ണിട്ട് നിർദ്ദേശിക്കുന്നത് ഞാൻ ശ്രദ്ധിച്ചു...

അപ്പൻ അർത്ഥവത്തായൊന്ന് ചിരിച്ചു; അപ്പന്റെ ചിരിയുടെ അർത്ഥം മനസിലാക്കാതെ മറ്റെന്തോ പുലമ്പിക്കൊണ്ട് അമ്മ വീടിനകത്തേയ്ക്ക് കയറി. അപ്പന്റെ ചിരിയുടെ അർത്ഥം ഞാൻ വായിച്ചെടുത്തു.

വീഞ്ഞിനെ വാഴ്ത്തി പകരുന്നവൻ ഒരു വശത്തും വീഞ്ഞ് വാങ്ങി നുണയുന്നവൻ മറുവശത്തും. വാഴ്ത്തി പകരുന്നവൻ ആത്മീയതയെ ലഹരിയാക്കി ലൗകീകതയെ അടിമയാക്കുമ്പോൾ വാങ്ങി നുണയുന്നവൻ ലൗകീകതയുടെ ലഹരിയ്ക്ക് വേണ്ടി വീഞ്ഞിന് അടിമയായി മാറുന്നു. വീഞ്ഞ് പകരുന്നവനെ സമൂഹം വാഴ്ത്തുമ്പോൾ വീഞ്ഞ് നുണയുന്നവനെ അതെ സമൂഹം തന്നെ ഇകഴ്ത്തുന്നു. പൊള്ളുന്നതും വളരെ അപകടം പിടിച്ചതുമായ വിഷയമാണ് ഇത്. സ്ഥാനം മാറിയിട്ടില്ലാത്തതും, എത്രയോ വട്ടം സന്ദർശിച്ചിട്ടുള്ളതും, എന്നാൽ കാണാതെ പോയതുമായ വീടെന്ന കുഞ്ഞാടിനെ കാട്ടിത്തന്നത് അമ്മ പറഞ്ഞ ആ 'തിണ്ണഞരങ്ങികൾ' തന്നെയാണ്. ഇവിടെ, ആത്മീയതയുടെ കിടപ്പാടത്തിലേയ്ക്കുള്ള വഴി അവർ പോലും അറിയാതെ തെളിഞ്ഞത് കുടിയന്മാരെന്ന് മുദ്രകുത്തിയവരിലൂടെയാണ്. ലൗകീകതയിൽ ആറാടുന്ന വളരെ അടുത്ത ക്ലാസ്സ്മേറ്റ്സ്സുകളായ സുഹൃത്തുക്കളിൽ ഒരാളുടെ സഹോദരന്റെ ആത്മീയ ഔന്നിത്യം അപരിചിതമായി അവരുടെയിടയിൽ ഉണ്ടായിട്ടുണ്ടെങ്കിൽ, അത് അർത്ഥമാക്കുന്നത്

ആത്മീയതയിലും ലൗകീകതയിലും അടങ്ങിയിരിക്കുന്ന നീതീകരണവും ന്യായീകരണവും മറകളിൽ ആയിരിക്കുന്നു എന്നതാണ്. ആ വീടിന് അടുത്തായി പുതുതായൊരു കെട്ടിടം വന്നപ്പോൾ വളരെ പരിചിതമായൊരിടം ഞങ്ങൾക്ക് അപരിചിതമായി. ഇതാണ് ജീവിതം... പരിചിതരായവർക്കിടയിൽ ആത്മീയമായോ ഭൗതീകമായോ പുതുമകൾ വന്നാൽ സഹോദരർ പോലും അപരിചിതരാകാൻ സാധ്യതയുള്ള ജീവിതം. ഒരമ്മ പെറ്റ മക്കളിൽ വളരുന്ന അപരിചിതത്വം.

പണ്ട് കാലങ്ങളിൽ പത്തും പന്ത്രണ്ടും മക്കൾ ഉണ്ടായിരുന്നിടത്ത് ഇന്ന് ഒന്നും രണ്ടുമായി ചുരുങ്ങിയിരിക്കുന്നു. മേല്പറഞ്ഞ സൃഷ്ടികളിലെ വ്യത്യസ്തതകൾ കാച്ചിക്കുറുക്കി പ്രപഞ്ചം ആ ഒന്നിലും രണ്ടിലും ആക്കി കുടിയിരുത്തിയിരിക്കുകയാണ്. ഇപ്പോഴത്തെ കുട്ടികൾ ജീവിക്കുന്നത് അവരവരുടെ വികസിത ലോകത്തിലാണ്. അവരുടെ ലോകം മനസ്സിലാക്കിയെടുക്കാൻ വളരെ പ്രയാസവുമാണ്. അവരവരുടെ ലോകത്തിലെ രാജാക്കന്മാർ ആണവർ. പഠിത്തമാണ് ലോകമെങ്കിൽ അതിലെ അധികാരി, കലയാണ് ലോകമെങ്കിൽ അതിലെ അധികാരി, അങ്ങനെ പോകുന്നു അവർ അവർക്കായി സൃഷ്ടിച്ച ലോകങ്ങൾ. എന്റെ സുഹൃത്തിന് രണ്ട് മക്കൾ; മൂത്തത് ആണും രണ്ടാമത്തേത് പെണ്ണും. ഒന്നിനെപ്പറ്റിയും ആകുലതകൾ ഇല്ലാത്തവൻ മൂത്തവൻ, മറ്റുള്ളവരുടെ ആകുലതകൾ ഇല്ലാതെയാക്കുന്നവൾ ഇളയവൾ. ഒരു ദിവസം ആ സുഹൃത്തും ഭാര്യയും വീട്ടിൽ ഇല്ലായിരുന്ന സമയത്ത് രാഷ്ട്രീയക്കാർ വോട്ട് ചോദിക്കുന്നതിലേയ്ക്കായി അവരുടെ വീട്ടിലെത്തി.

കതക് തുറന്ന് പുറത്തേയ്ക്കിറങ്ങിയത് മൂത്തവനായിരുന്നു.

രാഷ്ട്രീയക്കാരൻ: "ഞങ്ങളെ മനസ്സിലായോ?"

മൂത്തവൻ: "ഇല്ല"

രാഷ്ട്രീയക്കാരൻ: "ഞങ്ങൾ രാഷ്ട്രീയക്കാരാണ്."

മൂത്തവൻ: "അതിന് ഞാൻ എന്തുവേണം?"

രാഷ്ട്രീയക്കാരൻ: "മോനേ, പൊതു തെരെഞ്ഞെടുപ്പ് വരികയല്ലേ, വോട്ട് ചോദിക്കാൻ വന്നതാ; അപ്പനും അമ്മയും ഏത് പാർട്ടിക്കാണ് സാധാരണ വോട്ട് ചെയ്യുന്നത് ? അപ്പനും അമ്മയും ഉണ്ടോ?"

മൂത്തവൻ: "ഇല്ല"

അവന്റെ അറുത്തു മുറിച്ചുള്ള അവശ്യ സംഭാഷണം പൊതു പ്രവർത്തകരുടെ നിലനിൽപ്പുകൾക്ക് അനുയോജ്യമല്ലാത്തതിനാലും, എന്നാൽ സംഭാഷണം മുന്നോട്ട് കൊണ്ടുപോകേണ്ടുന്നതിന്റെ ആവശ്യകത ഉള്ളതിനാലും അതിലൊരുവൻ ഇങ്ങനെ ചോദിച്ചു.

"മോനെ വീട്ടിൽ മുതിർന്നവരാരെങ്കിലും ഉണ്ടെങ്കിൽ വിളിക്കാമോ?"

മൂത്തവൻ: "അമ്മൂമ്മയും അനിയത്തിയും ഉണ്ട്."

അവൻ തിരിഞ്ഞു വീട്ടിനകത്തേയ്ക്ക് എത്തി നോക്കി; എന്നിട്ട് ഉച്ചത്തിൽ നീട്ടി വിളിച്ചു, "മോളൂ..."

അവന്റെ അനിയത്തി ഓടി ഉമ്മറത്തേയ്ക്ക് വന്നു.

രാഷ്ട്രീയക്കാരൻ: "മോനേ, അമ്മൂമ്മയെ വിളിച്ചാൽ പോരായിരുന്നോ?"

മൂത്തവൻ: "മുതിർന്നവരെ വിളിക്കാൻ പറഞ്ഞു; അതുകൊണ്ട് മോളുവിനെ വിളിച്ചു, അത്ര തന്നെ." ഇതും പറഞ്ഞു അവൻ വീട്ടിനകത്തേയ്ക്ക് കയറി പോയി.

"പഠിത്തത്തിന്റെ തിണ്ണ ഞരങ്ങാൻ മാത്രമേ ഇവനൊക്കെ അറിയാവൂ", രാഷ്ട്രീയക്കാർ അവനെപ്പറ്റി പരസ്പരം കളിയാക്കി ചിരിച്ചു.

തുടർന്ന്, ചോദ്യങ്ങൾ അവന്റെ അനുജത്തിയ്ക്ക് നേരെയായി; അവൾ വളരെ ബോധപൂർവ്വം കാര്യഗൗരവമായി നിലപാടുകൾ സംരക്ഷിച്ചു കൊണ്ട് സംസാരിച്ചു. രാഷ്ട്രീയക്കാർ കിണഞ്ഞു പരിശ്രമിച്ചിട്ടും അവളിൽ നിന്ന് ഒന്നും ചോർത്താൻ അവർക്ക് സാധിച്ചില്ല. അവരുടെ കൂട്ടത്തിൽ തല മൂത്തൊരു മാഷ് ഉണ്ടായിരുന്നു. അവൾ ഓരോ ചോദ്യങ്ങൾക്കും ഉത്തരം പറയുമ്പോൾ ആ മാഷിന്റെ കണ്ണുകൾ തിളങ്ങുകയായിരുന്നു. എന്തുകൊണ്ടാണ് മൂത്തവനോട് മുതിർന്നവരെ വിളിക്കാൻ പറഞ്ഞപ്പോൾ അവൻ അനുജത്തിയെ വിളിച്ചു എന്നതിന്റെ ഉൾക്കാഴ്ച മാഷിൽ അറിവായി എത്തി. അദ്ദേഹം കൂടെയുള്ളവരെ ശാസിക്കാൻ തുടങ്ങി. തിരിച്ചറിവുകൾ സംഭവിക്കുമ്പോൾ സ്വയം മനസ്സറിഞ്ഞു അർപ്പിക്കുന്ന തൊഴുകൈകൾ അർച്ചനകളായി ആ സഹോദരങ്ങളുടെ നേരെ അയാൾ ചൊരിഞ്ഞു. കൂട്ടത്തിലുള്ളവരെ നോക്കി അദ്ദേഹം ഇപ്രകാരം പറഞ്ഞു;

"അറിയാമല്ലോ, മൂല്യങ്ങളുള്ള ഒരു തിണ്ണകളും ഞരങ്ങാൻ മെനക്കെടാതെ വെറും തിണ്ണമിടുക്കും വാക്ചാതുര്യവും കൊണ്ട്

ഞെളിഞ്ഞു നടക്കുന്നവരാണ് നമ്മൾ രാഷ്ട്രീയക്കാർ. ഇവളുടെ ജ്യേഷ്ഠൻ നമ്മൾ കരുതുന്നത് പോലെ പഠിത്തത്തിന്റെ തിണ്ണ മാത്രം ഞെരങ്ങുന്നവനല്ല. യാഥാർഥ്യങ്ങളെ തിരിച്ചറിഞ്ഞവനും ഒരമ്മ പെറ്റ മക്കളിൽ വാഴുന്ന വ്യത്യസ്തതകളുടെ അർത്ഥം വായിച്ചെടുത്തവനുമാണ്. സ്വന്തം അനുജത്തിയിൽ മുതിർന്ന തരത്തിൽ വിരിയുന്ന കാര്യഗൗരവത്തെ യാതൊരു ലജ്ജയും കൂടാതെ അംഗീകരിച്ചു സമർപ്പിച്ചവനാണവൻ. അവന്റെ ചിന്തകളിൽ വിരിയുന്നതോ നീതിയുടെ ചലനങ്ങളാണ്."

കൂടപ്പിറപ്പുകളെ തിരിച്ചറിയാൻ പരാജയപ്പെടുന്നിടത്ത് പുതിയ തലമുറ അവരവരുടെ ലോകത്തിലാണെങ്കിലും അപരന്റെ ലോകത്തെ അറിയുന്നവരാണ്. ഒരേ വയറിൽ നിന്ന് വന്ന വ്യത്യസ്തതകളെ തിരിച്ചറിഞ്ഞ ആ സഹോദരങ്ങൾ ആകട്ടെ നമ്മുടെ മാതൃക.

ഹരം

എഴുത്തിൽ കൂടുതൽ ഹരം കണ്ടപ്പോൾ, എന്റെ ഭാര്യയും പേനയെടുത്തു, 'മാളവിക' എന്ന തൂലികാനാമത്തിൽ... ഞാൻ അനുഭവിച്ച സൃഷ്ടിയുടെ വേദനകളെയെല്ലാം നിസ്സാരവൽക്കരിച്ചു കൊണ്ട് മാളവിക എഴുതി...

രാത്രി പന്ത്രണ്ടര കഴിഞ്ഞിരുന്നു.

വീട്ടിലെ എല്ലാം വിളക്കുകളും കെടുത്തിയെങ്കിലും, ദീപയുടെ കണ്ണുകൾക്കുള്ളിലെ വെളിച്ചം മാത്രം അണഞ്ഞിരുന്നില്ല.

കിടക്കയുടെ മറുവശത്ത് അനീഷ് പതിവുപോലെ തിരിഞ്ഞുകിടന്നു. നെഞ്ചോട് ചേർത്ത് പിടിച്ചിരുന്നത് ഭാര്യയെയല്ല — പഴകിയ വെളുത്ത തലയിണയെ.

ദീപയ്ക്ക് ആദ്യം അത് തമാശപോലെ തോന്നിയിരുന്നു. പിന്നീട് ശീലമായി.

അവസാനം അത് ഒരു മതിലായി മാറി.

വിവാഹത്തിന്റെ ആദ്യ വർഷങ്ങളിൽ പോലും അനീഷ് അധികം സംസാരിക്കാറില്ലായിരുന്നു. പക്ഷേ അന്ന് ചില ചോദ്യങ്ങളെങ്കിലുംഉണ്ടായിരുന്നു.

"ഭക്ഷണം കഴിച്ചോ?"

"മരുന്ന് എടുത്തോ?"

"വൈകുന്നേരം പുറത്തേക്ക് പോകാമോ?"

ഇപ്പോൾ ആ ചോദ്യങ്ങളും ഇല്ല.

അവൻ വീട്ടിലെത്തും.

കൈ കഴുകും.

ഫോൺ നോക്കും.

കുട്ടികളെ ഒന്ന് തലോടും.

ഭക്ഷണം കഴിക്കും.

ശേഷം കിടക്കയിൽ കിടന്ന് ആ തലയിണയെ ചേർത്ത് ഉറങ്ങും.

ദീപ അവന്റെ അരികിൽ ജീവിച്ചിരുന്നെങ്കിലും, അവളുടെ സാന്നിധ്യം ആ മുറിയിൽ ഇല്ലാത്തതുപോലെയായിരുന്നു.

ചില രാത്രികളിൽ അവൾ മനപ്പൂർവ്വം കുറച്ചുകൂടി അടുത്തേക്ക് കിടക്കും.

അവന്റെ കൈ തനിക്കുമേൽ വീഴും എന്ന് പ്രതീക്ഷിച്ച്.

പക്ഷേ ഓരോ തവണയും അനീഷ് ഉറക്കത്തിനിടയിൽ പോലും തലയിണയെ കൂടുതൽ മുറുക്കിപ്പിടിക്കും.

ആ കാഴ്ച ദീപയുടെ ഉള്ളിൽ എന്തൊക്കെയോ തകർത്തിരുന്നു.

ഒരു ദിവസം മൂത്തമകൾ നന്ദന ചോദിച്ചു:

"അമ്മേ... അച്ഛൻ എപ്പോഴും ആ തലയിണയെ കെട്ടിപ്പിടിച്ചാണല്ലോ ഉറങ്ങുന്നത്... എന്താ കാര്യം?"

ദീപ ചിരിക്കാനായി ശ്രമിച്ചു.

"അച്ഛന് അങ്ങനെ ഉറങ്ങാൻ ഇഷ്ടമായിരിക്കും മോളേ..."

പക്ഷേ ആ വാക്കുകൾ പറഞ്ഞ ശേഷം അവൾ അടുക്കളയിൽ ചെന്നു കരഞ്ഞു.

കാരണം അവൾക്കറിയാമായിരുന്നു —

അനീഷിന് തലയിണയെ ചേർത്ത് ഉറങ്ങാനല്ല ഇഷ്ടം.

അവളെ ചേർത്ത് ഉറങ്ങാനുള്ള ആഗ്രഹം നഷ്ടപ്പെട്ടതാണ് സത്യം.

അതായിരുന്നു കൂടുതൽ വേദനിച്ചത്.

ഒരു സ്ത്രീയെ അധിക്ഷേപിക്കുന്ന വാക്കുകളേക്കാൾ ഭയാനകം ചിലപ്പോഴെങ്കിലും അവഗണനയാണ്.

സംസാരിക്കാത്ത ഭർത്താവ്...

കണ്ണിൽ നോക്കാത്ത ഭർത്താവ്...

അരികിൽ കിടന്നിട്ടും അന്യനായി തോന്നുന്ന ഭർത്താവ്...

അത് പതിയെ പതിയെ ആത്മാവിനെ പൊള്ളിച്ചുകളയും.

എങ്കിലും ദീപ പോയില്ല.

രണ്ടു പെൺമക്കളുണ്ടായിരുന്നു.

അവരുടെ സ്കൂൾ ഫീസ്...

അവരുടെ നൃത്തക്ലാസ്...

പനിവന്ന രാത്രികൾ...

ചെറിയ സ്വപ്നങ്ങൾ...

അതൊക്കെ പിടിച്ചുനിർത്താൻ അവൾക്ക് കരുത്താകേണ്ടി വന്നു.

പകൽ അവൾ ചിരിക്കും.

കുട്ടികളോടൊപ്പം കളിക്കും.

ഹോംവർക്ക് നോക്കും.

പക്ഷേ രാത്രി...

അവൾ കിടക്കയുടെ ഒരു വശത്ത് കണ്ണുതുറന്ന് കിടക്കും.

മറുവശത്ത് അനീഷ്, തലയിണയെ ചേർത്ത് ഉറങ്ങും.

ഒരു രാത്രി ദീപ സഹിക്കാനാവാതെ മന്ദമായി ചോദിച്ചു:

"ഞാൻ ഇവിടെ ഉണ്ടല്ലോ അനീഷ്... പിന്നെ എന്തിനാ ആ തലയിണയെ ഇങ്ങനെ കെട്ടിപ്പിടിക്കുന്നത്?"

ചില നിമിഷങ്ങൾക്കുശേഷം മന്ദമായി പറഞ്ഞു:

"ശീലമായി പോയി..."

ദീപ ഒന്നും പറഞ്ഞില്ല.

കാരണം അവൾക്കറിയാമായിരുന്നു —

ചില ശീലങ്ങൾ വസ്തുക്കളോടല്ല ഉണ്ടാകുന്നത്. അകലം പാലിക്കാൻ മനസ്സ് പഠിച്ച വഴികളോടാണ്.

ആ രാത്രി അവൾ ആദ്യമായി മനസ്സിലാക്കി:

ഒരേ കിടക്കയിൽ ഉറങ്ങുന്നതുകൊണ്ട് മാത്രം രണ്ട് പേർ ജീവിതം പങ്കിടുന്നില്ല.

ചില വിവാഹങ്ങൾ പുറത്തുനിന്ന് പൂർണ്ണമായി തോന്നും.

പക്ഷേ അകത്ത്...

ഒരു തലയിണയ്ക്കും ഒരു സ്ത്രീയ്ക്കുമിടയിൽ പോലും ഒരു ജീവിതം തോറ്റുകിടക്കാം...

മാളവിക

dhwanybalu@gmail.com

www.ingramcontent.com/pod-product-compliance
Lightning Source LLC
LaVergne TN
LVHW100321210926
848480LV00003B/1205
9798905607301